KB054501

히어로 왕초보
베트남어 회화

히어로 왕초보
베트남어 회화

초판 2쇄 발행 2023년 1월 10일
초판 1쇄 발행 2018년 11월 30일

저자	주가연·Nguyễn Thị Vân Anh·김승민
기획	김은경
편집	이지영
발행인	조경아
발행처	**랭귀지북스**
주소	서울시 마포구 포은로2나길 31 벨라비스타 208호
등록번호	101-90-85278 **등록일자** 2008년 7월 10일
전화	02.406.0047 **팩스** 02.406.0042
이메일	languagebooks@hanmail.net
MP3 다운로드	blog.naver.com/languagebook

ISBN   979-11-5635-087-3 (10730)
값   11,000원
©LanguageBooks, 2018

히어로 왕초보
베트남어 회화

랭귀지북스

Preface 머리말

한국과 베트남 교류가 사회 전반에 걸쳐 확대되고 있습니다. 베트남 쌀국수, 분짜 등은 이미 한국인들에게 많은 사랑을 받고 있으며, 하롱베이, 다낭 등은 유명 관광지가 되었습니다. 또한 많은 한국 기업들이 베트남에 진출하면서 베트남어에 대한 관심이 상당히 높습니다.

처음 베트남어를 접하면 성조가 있는 생소한 발음들이 많아서 어렵게 느껴집니다. 그런 분들을 위해 내 손안에 쏙 들어오는 〈히어로 왕초보 베트남어 회화〉는 다양한 실전 표현들에 바로 보고 읽을 수 있는 한글 발음을 표기해, 쉽게 볼 수 있도록 구성했습니다.

베트남 여행 및 출장, 어학연수, 유학, 이민으로 베트남어 고민에 빠져 있다면 〈히어로 왕초보 베트남어 회화〉로 자신 있게 준비하세요.

나의 베트남어 실력을 빛나게 할 작지만 강한 책으로 이제 당신도 베트남어 히어로가 될 수 있습니다.

저자 주가연

● 막힘없이 쉽게!

왕초보부터 초·중급 수준의 베트남어 학습자를 위한 회화 포켓북입니다. 베트남어권 사람들과 바로 통하는 표현을 엄선해, 인사부터 하루생활, 쇼핑, 여행까지 세세하게 구성했습니다. 이제 어떤 베트남어 응급 상황이 닥치더라도 당황하지 말고 상황별 표현을 찾아 막힘없이 말해 보세요.

● 리얼 발음으로 쉽게!!

왕초보도 베트남어를 쉽게 읽을 수 있도록 원어민 발음에 최대한 가까운 한글 발음을 각 표현 하단에 표기했습니다. 성조 부분까지 세심히 체크하여 반영한 한글 표기로 이제 자신 있게 리얼 발음을 구사해 보세요.

● 어디서나 쉽게!!!

한손에 쏙 들어오는 크기로, 24시간 주머니 속에 넣고 다니며 필요할 때마다 꺼내 표현을 익힐 수 있습니다. 이제까지 보디랭귀지와 단순 단어만으로 베트남어 위기 상황을 모면했다면 지금부터는 포켓 사이즈 〈히어로 왕초보 베트남어 회화〉로 언제 어디서든 마음껏 이야기해 보세요.

Bài 1.

● 베트남어 문자와 발음

베트남어의 기본 알파벳은 29개이며, 12개의 모음과 17개의 자음으로 구성되어 있습니다. f, j, w, z가 없고, 복자음과 이중모음이 있습니다. 또한 베트남어에는 6가지 성조가 있습니다. 알파벳이 같아도 성조가 다르면 뜻이 완전히 달라지기 때문에 각별히 주의해야 합니다.

(* 베트남 북부와 남부의 발음이 다른 문자도 있습니다. 이 책에서는 수도 하노이의 표준어를 기준으로 표기하였습니다.)

1. 베트남어 문자

알파벳		명칭	한국어 음가	예
대문자	소문자			
A	a	a 아	ㅏ	cá 까 생선
Ă	ă	á 아	ㅏ	chăn 짠 이불
Â	â	ớ 어	ㅓ	chân 쩐 다리
B	b	bê 베	ㅂ	bố 보 아버지, 아빠

6

알파벳		명칭	한국어 음가	예
대문자	소문자			
C	c	xê 쎄	ㄲ	cam 깜 오렌지
① D	d	dê 제	ㅈ	dạy 자이 가르치다
Đ	đ	đê 데	ㄷ	đông 동 붐비다
E	e	e 애	ㅐ	em bé 앰 배 아이
Ê	ê	ê 에	ㅔ	đêm 뎀 밤
G	g	gờ, giê 거, 제	ㄱ	gà 가 닭
H	h	hát 핟	ㅎ	hạt 핟 씨앗
I	i	i ngắn 이 응안	ㅣ	im lặng 임 랑 조용하다
K	k	ka 까	ㄲ	thước kẻ 트억 깨 자

알파벳		명칭	한국어 음가	예
대문자	소문자			
L	l	e lờ 애 러	ㄹ	lông 롱 털
M	m	e mờ 애 머	ㅁ	mẹ 매 어머니, 엄마
N	n	e nờ 애 너	ㄴ	ném 냄 던지다
O	o	o 어	ㅓ ('오'와 '어'의 중간 발음)	ong 엉 벌
Ô	ô	ô 오	ㅗ	ỗng 옹 파이프
Ơ	ơ	ơ 어	ㅓ	cơm 껌 밥
② P	p	pê 뻬	ㅃ	pê đan 뻬 단 페달
③ Q	q	qui 꾸이	ㄲ	bánh quy 바잉 꾸이 쿠키
④ R	r	e rờ 애 러	ㄹ	rán 잔 튀기다

8

알파벳		명칭	한국어 음가	예
대문자	소문자			
⑤ S	s	ét sì 앤 씨	ㅆ	sẹo 쌔오 흉터
T	t	tê 떼	ㄸ	tiết kiệm 띠엗 끼엠 저축하다
U	u	u 우	ㅜ	chu đáo 쭈 다오 자상하다
Ư	ư	ư 으	ㅡ	mứt 믇 잼
V	v	vê 베	ㅂ	ví 브이 지갑
X	x	ích xì 익 씨	ㅆ	xay 싸이 갈다
Y	y	y dài 이 자이	ㅣ	ký tên 끼 뗀 서명하다

① D/d 제는 북부 표준어에서는 'ㅈ'과 같이 발음하지만 남부에서는 반모음 'ㅣ'로 발음합니다.

② P/p 뻬는 주로 외래어를 표기할 때 쓰입니다.

③ Q/q 꾸이는 단독으로 사용하지 않고 항상 qu 꾸의 형태로만 사용합니다.

④ R/r 애 러는 북부 표준어에서는 'ㅈ'과 같이 발음하지만 남부에서는 혀를 구부려서 발음하는 'ㄹ'과 같이 발음됩니다.

⑤ S/s 앺 씨는 X/x 익 씨보다 혀를 강하게 마찰해서 발음하는 'ㅆ'이지만 일상생활에서는 ㅈ처럼 약하게 발음합니다.

2. 이중 모음

이중 모음	예
ai 아이	tai 따이 귀
ao 아오	cao 까오 높다
au 아우	đau 다우 아프다
ay 아이	tay 따이 손; 팔
âu 어우	chim bồ câu 찜 보 꺼우 비둘기
ây 어이	cây 꺼이 나무

10

이중 모음	예
eo 애오	**béo** 배오 뚱뚱하다
êu 에우	**trêu** 쩨우 놀리다, 장난치다
ia 이어	**chia** 찌어 나누다
iê 이에	**biển** 비엔 바다
iêu 이에우	**chiếu** 찌에우 돗자리
oa 오아	**hoa** 호아 꽃
oai 오아이	**ngoài** 응오아이 밖
oao 어아오	**ngoao ngoao** 응어아오 응어아오 야옹 야옹
oay 오아이	**xoay** 쏘아이 돌리다
oă 오아	**xoăn** 쏘안 꼬불꼬불하다

이중 모음	예
oe 오애	xòe 쏘애 펼치다, 펴다
oeo 어애오	ngoẳn ngoèo 응오안 응어애오 (길이) 험하다
oi 어이	nói 너이 말하다
ôi 오이	cối 꼬이 절구
ơi 어이	chơi 쩌이 놀다
ua 우어	mùa 무어 계절
uâ 우어	mùa xuân 무어 쑤언 봄
ui 우이	cúi 꾸이 숙이다
uô 우오	chuột 쭈올 쥐
uôi 우오이	muối 무오이 소금

이중 모음	예
uy 우이	suy nghĩ 쑤이 응이 생각
uyê 우이에	nguyên nhân 응우이엔 년 원인
① uyu 이우	khuỷu tay 키우 따이 팔꿈치
ưa 으어	mưa 므어 비
ưi 으이	ngửi 응으이 (냄새를) 맡다
ươi 으어이	người 응으어이 사람
② ươu 으어우	hươu 흐어우 사슴
ưu 으우	cừu 끄우 양
yê 이에	yên ngựa 이엔 응으어 안장
③ yêu 이에우	yêu 이에우 사랑하다

① 실제 uyu 우이우는 쉽게 발음하기 위해 '우이우'가 아닌 '이우'라고 합니다. 따라서 이 책에서는 '이우'로 표기하였습니다. ② 실제 ươu 으어우는 쉽게 발음하기 위해 '이에우'라고 하기도 합니다. 따라서 이 책에서는 '이에우'로 표기하였습니다. ③ 이중모음 yêu 이에우는 다른 자음과 결합할 수 없고 yêu 형태로만 존재합니다.

3. 복자음

MP3. C0_B03

복자음	한국어 읽기	예
ch 쩌	ㅉ	chai 짜이 병
① tr 쩌	ㅉ	bên trái 벤 짜이 왼쪽
② gh 거	ㄱ	ghế 게 의자
③ gi 지	ㅈ	quốc gia 꾸옥 자 국가
kh 커	ㅋ	khách 카익 손님

14

복자음	한국어 음가	예
④ ng(ngh) 응어	응	ngắn 응안 짧다
nh 녀	녀	nhanh 냐잉 빠르다
ph 퍼	ㅍ	phân biệt 펀 비엩 구별하다
⑤ qu(k, c) 꾸어	꾸어	quen 꾸앤 안목 있다
th 터	ㅌ	thần 턴 신(神)

① tr쩌는 ch쩌보다 혀를 더 구부려서 발음하는 'ㅉ'이지만 보통 쉽게 발음하기 위해 ch처럼 약하게 합니다.

② gh거의 발음은 g거와 같지만 gh는 i이 응안, e애, ê에 모음과만 결합하고 나머지 모음은 g와 결합합니다.

③ gi지는 북부 표준어에서는 'ㅈ'과 같이 발음하지만 남부에서는 반모음 'ㅣ'로 발음합니다.

④ ng 응어의 발음은 ngh 응어와 같지만 ngh는 i, e, ê 모음과만 결합할 수 있고 나머지 모음은 ng와 결합합니다.

⑤ qu꾸어는 o어, ô오, ơ어, u우, ư으 모음을 제외한 나머지 모음과 결합할 수 있습니다.

4. 성조

성조 기호	기호 이름	발음 방법	예
(성조 기호 없음) a	không dấu 콩 저우	평성으로 발음한다. 우리말보다 시작 소리가 약간 높다.	ma 마 마귀, 도깨비
´ á	dấu sắc 저우 싹	평성에서 음을 높이면서 발음한다.	má 마 어머니; 볼
` à	dấu huyền 저우 후이엔	평성보다 낮은 중간음에서 내리면서 발음한다.	mà 마 그런데, 그러나
? ả	dấu hỏi 저우 허이	음을 부드럽게 내렸다가 다시 높인다.	mả 마 무덤, 묘
~ ã	dấu ngã 저우 응아	음을 중간에 내렸다가 급격하게 높이면서 발음한다.	mã 마 말
. ạ	dấu nặng 저우 낭	중간음에서 짧게 떨어뜨리며 발음한다.	mạ 마 모(벼)

16

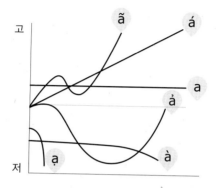

고

저

ã á a ả ạ à

! 원어민의 정확한 발음으로 녹음한 MP3 파일을
자주 듣고 큰 소리로 따라 하며 내 것으로 만드세요.

Chương 1
첫 만남부터 당당하게!

처음 만났을 때

\# 안녕하세요? 만나서 반갑습니다.

Xin chào? Rất vui được gặp.
씬 짜오? 젇 부이 드억 갑

\# 제 이름은 김수진입니다.

Tên tôi là Kim Su Jin.
뗀 또이 라 낌 쑤 찐

\# 말씀 많이 들었습니다.

Tôi đã nghe nhiều về anh.
또이 다 응애 니에우 베 아잉

\# 명함 한 장 주시겠어요?

Anh có thể cho tôi xin một tấm danh thiếp được không?
아잉 꺼 테 쩌 또이 씬 몯 떰 자잉 티엡 드억 콩?

\# 여기 제 명함입니다.

Đây là danh thiếp của tôi.
더이 라 자잉 티엡 꾸어 또이

전에 우리 만난 적 있나요?

Chúng ta đã gặp nhau bao giờ chưa nhỉ?

쭝 따 다 갑 냐우 바오 저 쯔어 니?

때에 따른 인사

안녕하세요.

Xin chào.

씬 짜오

안녕. (만났을 때)

Chào.

짜오

귀빈 여러분 안녕하십니까.

Xin chào các quý vị.

씬 짜오 깍 꾸이 브이

잘 자요.

Chúc anh ngủ ngon.

쭉 아잉 응우 응언

좋은 꿈 꾸세요.

Chúc anh có giấc mơ đẹp.
쭉 아잉 꺼 적 머 댑

안부를 묻는 인사

오랜만이에요.

Lâu lắm rồi mới gặp anh.
러우 람 조이 머이 갑 아잉

잘 지내세요?

Anh có khỏe không?
아잉 꺼 코애 콩?

어떻게 지내세요?

Anh sống thế nào?
아잉 쏭 테 나오?

그동안 어떻게 지냈어요?

Thời gian qua anh sống thế nào?
터이 잔 꾸아 아잉 쏭 테 나오?

34

설 연휴에는 어떻게 보냈어요?

Anh nghỉ Tết thế nào?
아잉 응이 뗄 테 나오?

가족들은 어떻게 지내세요?

Gia đình anh sống thế nào?
자 딩 아잉 쏭 테 나오?

무슨 일 있어요?

Anh có việc gì thế?
아잉 꺼 비엑 지 테?

별일 없니?

Không có gì mới à?
콩 꺼 지 머이 아?

안부 인사에 대한 대답

저는 잘 지냈어요.

Tôi vẫn khỏe.
또이 번 코애

나는 잘 지내고 있어. 너는?

Anh khỏe. Còn em?
아잉 코애. 껀 앰?

시간이 참 빠르네요.

Thời gian trôi nhanh thật.
터이 잔 쪼이 냐잉 털

그럭저럭 지내.

Mình cũng bình thường thôi.
밍 꿍 빙 트엉 토이

항상 좋아요.

Lúc nào cũng tốt ạ.
룩 나오 꿍 똗 아

늘 비슷하지 뭐.

Lúc nào cũng vậy mà.
룩 나오 꿍 버이 마

별일 없어요.

Tôi cũng không có gì mới.
또이 꿍 콩 꺼 지 머이

36

오늘은 기분이 별로예요.

Hôm nay tâm trạng của tôi không được tốt.

흠 나이 떰 짱 꾸어 또이 콩 드억 똗

헤어질 때 인사

잘 가요.

Anh đi mạnh khỏe nhé.

아잉 디 마잉 코애 내

전 지금 가야 돼요.

Bây giờ tôi phải đi.

버이 저 또이 파이 디

좋은 하루 보내요.

Chúc anh một ngày tốt lành.

쭉 아잉 몯 응아이 똗 라잉

즐거운 주말 보내세요.

Chúc anh cuối tuần vui vẻ.

쭉 아잉 꾸오이 뚜언 부이 배

내일 봐요.

Hẹn gặp lại ngày mai.
핸 갑 라이 응아이 마이

또 만나요.

Hẹn gặp lại.
핸 갑 라이

연락할게.

Mình sẽ liên lạc sau.
밍 쌔 리엔 락 싸우

가족에게 안부 전달 부탁해요.

Cho tôi gửi lời hỏi thăm tới gia đình anh.
쩌 또이 그이 러이 허이 탐 떠이 자 딩 아잉

환영할 때

하노이에 오신 걸 환영합니다.

Xin hoan nghênh anh đến Hà Nội.
씬 호안 응에잉 아잉 덴 하 노이

38

저희 집에 오신 것을 환영합니다.

Xin hoan nghênh anh đến nhà chúng tôi.
씬 호안 응에잉 아잉 덴 냐 쭝 또이

귀빈 여러분 모두 환영합니다.

Xin hoan nghênh tất cả quý vị.
씬 호안 응에잉 떧 까 꾸이 브이

이곳이 귀빈 여러분 마음에 드시길 바랍니다.

Mong rằng các quý vị thích nơi này.
멍 장 깍 꾸이 브이 틱 너이 나이

함께 일하게 되어 반가워요.

Tôi rất vui khi được làm việc cùng các bạn.
또이 젇 부이 키 드억 람 비엑 꿍 깍 반

말 걸기

실례합니다.

Xin lỗi.
씬 로이

저기요!

Anh ơi! (상대방이 남성일 때)
아잉 어이!

Chị ơi! (상대방이 여성일 때)
찌 어이!

Em ơi! (종업원에게)
엠 어이!

저...

Xin hỏi...
씬 허이...

드릴 말씀이 있어요.

Tôi có điều muốn nói.
또이 꺼 디에우 무온 너이

잠깐 이야기 좀 할 수 있을까요?

Chúng ta có thể nói chuyện một chút được không?

쭝 따 꺼 테 너이 쭈이엔 몯 쭏 드억 콩?

말씀 중에 죄송합니다.

Xin lỗi vì ngắt lời anh.

씬 로이 브이 응앋 러이 아잉

내 말 좀 들어 봐요.

Xin hãy nghe tôi nói.

씬 하이 응애 또이 너이

화제를 바꿀 때

다른 얘기를 하죠.

Chúng ta nói chuyện khác đi.

쭝 따 너이 쭈이엔 칵 디

새로운 주제로 넘어가죠.

Chúng ta nói sang chủ đề khác nhé.

쭝 따 너이 쌍 쭈 데 칵 내

서로 의견을 말해 봅시다.

Chúng ta hãy cùng nói ý kiến của mình.

쭝 따 하이 꿍 너이 이 끼엔 꾸어 밍

그건 그렇고, 후이 씨 소식 들었어요?

Việc đó để sau, anh đã nghe tin về Huy chưa?

비엑 더 데 싸우, 아잉 다 응애 띤 베 후이 쯔어?

뭐 새로운 소식 있나요?

Anh có tin gì mới không?

아잉 꺼 띤 지 머이 콩?

상대방에 대해 묻기

\# 성함이 어떻게 되세요?

Tên anh là gì ạ?
뗀 아잉 라 지 아?

\# 이름이 뭐예요?

Tên anh là gì?
뗀 아잉 라 지?

\# 이름 철자가 어떻게 되나요?

Tên anh đánh vần thế nào ạ?
뗀 아잉 다잉 번 테 나오 아?

\# 직업이 뭐예요?

Nghề nghiệp của anh là gì?
응에 응이엡 꾸어 아잉 라 지?

\# 어떤 일을 하시나요?

Anh làm nghề gì ạ?
아잉 람 응에 지 아?

43

어디에서 오셨어요? (국적을 묻는 표현)

Anh đến từ nước nào ạ?
아잉 덴 뜨 느억 나오 아?

어느 나라 사람이에요?

Anh là người nước nào?
아잉 라 응으어이 느억 나오?

전공이 뭐예요?

Chuyên ngành của anh là gì?
쭈이엔 응아잉 꾸어 아잉 라 지?

자기에 대해 말하기

제 이름은 투이 린입니다.

Tên tôi là Thùy Linh.
뗀 또이 라 투이 링

제 성은 '김'이고, 이름은 '유나'예요.

Tôi họ Kim, tên là Yu Na.
또이 허 낌, 뗀 라 유 나

44

\# 저는 호찌민은행에서 일하고 있어요.

Tôi đang làm việc tại ngân hàng Hồ Chí Minh.

또이 당 람 비엑 따이 응언 항 호 찌 밍

\# 저는 하노이대 학생입니다.

Tôi là sinh viên Đại học Hà Nội.

또이 라 씽 비엔 다이 헉 하 노이

\# 저는 한국어를 전공하고 있어요.

Tôi đang học chuyên ngành tiếng Hàn.

또이 당 헉 쭈이엔 응아잉 띠엥 한

\# 저는 한국인이에요.

Tôi là người Hàn Quốc.

또이 라 응으어이 한 꾸옥

개인 신상에 대해 말하기

\# 나이가 어떻게 되세요?

Anh bao nhiêu tuổi ạ?
아잉 바오 니에우 뚜오이 아?

\# 저는 32살입니다.

Tôi 32 tuổi.
또이 바 하이 뚜오이

\# 그는 몇 살인가요?

Anh ấy bao nhiêu tuổi ạ?
아잉 어이 바오 니에우 뚜오이 아?

\# 아들은 몇 살이에요?

Con trai anh mấy tuổi rồi?
껀 짜이 아잉 머이 뚜오이 조이?

\# 저는 미혼입니다.

Tôi chưa kết hôn.
또이 쯔어 껟 혼

저는 기혼입니다.

Tôi đã kết hôn.
또이 다 껟 혼

저는 혼자 살아요.

Tôi sống một mình.
또이 쏭 몯 밍

그는 결혼했어요.

Anh ấy đã kết hôn rồi.
아잉 어이 다 껟 혼 조이

소개하기

제 소개를 하겠습니다.

Tôi xin giới thiệu về mình.
또이 씬 저이 티에우 베 밍

제 소개를 해도 될까요?

Tôi có thể giới thiệu về mình được không?
또이 꺼 테 저이 티에우 베 밍 드억 콩?

린 씨, 흐엉 씨를 아시나요?

Chị Linh ơi, chị có biết chị Hương không?
찌 링 어이, 찌 꺼 비엗 찌 흐엉 콩?

흐엉 씨를 소개해 드릴게요.

Tôi xin giới thiệu chị Hương.
또이 씬 저이 티에우 찌 흐엉

그녀는 제 오랜 친구예요.

Cô ấy là bạn lâu năm của tôi.
꼬 어이 라 반 러우 남 꾸어 또이

감사하다

\# 감사합니다.

Xin cảm ơn anh.
씬 깜 언 아잉

\# 정말 감사합니다.

Xin chân thành cảm ơn anh.
씬 쩐 타잉 깜 언 아잉

\# 여러모로 감사합니다.

Xin cảm ơn anh vì tất cả.
씬 깜 언 아잉 브이 떧 까

\# 그렇게 말씀해 주시니 감사합니다.

Xin cảm ơn anh vì đã nói như vậy.
씬 깜 언 아잉 브이 다 너이 니으 버이

당신의 은혜를 평생 잊지 않겠습니다.

Suốt đời tôi sẽ không quên ơn anh.

쑤옫 더이 또이 쎄 콩 꾸엔 언 아잉

와 주셔서 감사드립니다.

Xin cảm ơn anh vì đã đến.

씬 깜 언 아잉 브이 다 덴

도와주셔서 대단히 감사합니다.

Rất cảm ơn anh vì đã giúp đỡ.

졷 깜 언 아잉 브이 다 줍 더

신경 써 줘서 고마워요.

Cảm ơn anh vì đã quan tâm.

깜 언 아잉 브이 다 꾸안 떰

초대해 주셔서 감사합니다.

Xin cảm ơn anh vì đã mời tôi.

씬 깜 언 아잉 브이 다 머이 또이

제게 기회를 주셔서 감사합니다.

Xin cảm ơn anh vì đã cho tôi cơ hội.

씬 깜 언 아잉 브이 다 쩌 또이 꺼 호이

시간 내 주셔서 감사합니다.

Xin cảm ơn anh vì đã dành thời gian.

씬 깜 언 아잉 브이 다 자잉 터이 쟌

배려해 주셔서 감사합니다.

Xin cảm ơn anh vì đã chiếu cố.

씬 깜 언 아잉 브이 다 찌에우 꼬

기다려 줘서 고마워요.

Cảm ơn anh vì đã chờ đợi.

깜 언 아잉 브이 다 쩌 더이

감사 인사에 대한 응답

천만에요.

Không có gì ạ.
콩 꺼 지 아

오히려 내가 고맙지.

Tôi mới phải cảm ơn.
또이 머이 파이 깜 언

별것 아니에요.

Không có gì đâu.
콩 꺼 지 더우

대단한 일도 아닌데요.

Không phải là việc gì to tát mà.
콩 파이 라 비엑 지 떠 딷 마

언제든지 부탁하세요.

Anh cần giúp gì cứ liên lạc nhé.
아잉 껀 줍 지 끄 리엔 락 내

도움이 될 수 있어 기뻐요.

Tôi rất vui vì đã giúp được anh.

또 전 부이 브이 다 줍 드억 아잉

과찬이십니다.

Anh cứ quá khen ạ.

아잉 끄 꾸아 캔 아

사과하기

\# 미안합니다. (죄송합니다.)

Tôi xin lỗi.
또이 씬 로이

\# 유감입니다.

Tôi rất lấy làm tiếc.
또이 젇 러이 람 띠엑

\# 번거롭게 해 드려서 죄송합니다.

Xin lỗi vì đã làm phiền anh.
씬 로이 브이 다 람 피엔 아잉

\# 방해해서 죄송합니다.

Xin lỗi vì đã cản trở anh.
씬 로이 브이 다 깐 쩌 아잉

\# 기분 나빴다면 미안해요.

Tôi xin lỗi nếu làm anh khó chịu.
또이 씬 로이 네우 람 아잉 커 찌우

늦어서 죄송합니다.

Xin lỗi vì đã đến muộn.

씬 로이 브이 다 덴 무온.

잘못 & 실수했을 때

제 잘못이에요.

Tôi đã sai rồi.

또이 다 싸이 조이

죄송해요. 제가 전부 망쳤어요.

Tôi xin lỗi. Tôi đã làm hỏng tất cả.

또이 씬 로이. 또이 다 람 헝 떧 까

고의로 그런 건 아니었어요.

Tôi không cố ý làm như vậy.

또이 콩 꼬 이 람 니으 버이

제가 착각했어요.

Tôi đã tưởng lầm.

또이 다 뜨엉 럼

제가 실수했어요.

Tôi đã phạm sai sót.
또이 다 팜 싸이 썻

미안해요. 깜빡 잊어버렸어요.

Tôi xin lỗi. Tôi quên mất.
또이 씬 로이. 또이 꾸엔 멋

미안하다는 말을 하고 싶어요.

Tôi muốn nói lời xin lỗi.
또이 무온 너이 러이 씬 로이

죄송해요. 어쩔 수 없었습니다.

Tôi xin lỗi. Tôi không còn cách nào khác.
또이 씬 로이. 또이 콩 껀 까익 나오 칵

다시 한번 기회를 주세요.

Xin cho tôi một cơ hội nữa.
씬 쩌 또이 못 꺼 호이 느어

그를 너무 비난하지 마세요.

Xin đừng quá lên án anh ấy.
씬 등 꾸아 렌 안 아잉 어이

다시는 이런 일 없을 겁니다.

Tôi sẽ không bao giờ tái phạm
nữa.
또이 쌔 콩 바오 저 따이 팜 느어

사과에 대한 대답

괜찮습니다.

Không sao ạ.
콩 싸오 아

저야말로 사과드려야죠.

Tôi mới phải xin lỗi.
또이 머이 파이 씬 로이

걱정 마.

Đừng lo.
등 러

걱정하지 마세요.

Xin đừng lo lắng.
씬 등 러 랑

서로 용서하고 잊어버리자.

Chúng ta hãy tha thứ cho nhau và quên hết đi nhé.

쫑 따 하이 타 트 쩌 냐우 바 꾸엔 헫 디 내

우리 지난 일은 잊읍시다.

Chúng ta hãy quên chuyện cũ đi.

쫑 따 하이 꾸엔 쭈이엔 꾸 디

잘 알아듣지 못했을 때

잘 안 들려.

Tôi không nghe rõ.
또이 콩 응애 저

뭐라고?

Anh nói gì?
아잉 너이 지?

죄송한데, 잘 안 들립니다.

Xin lỗi, tôi không nghe rõ.
씬 로이, 또이 콩 응애 저

한 번 더 말해 주세요.

Xin vui lòng nói lại một lần nữa ạ.
씬 부이 렁 너이 라이 몯 런 느어 아

좀 더 천천히 말해 주세요.

Xin anh nói chậm một chút ạ.
씬 아잉 너이 쩜 몯 쭏 아

좀 더 크게 말해 주세요.

Xin anh nói to một chút ạ.
씬 아잉 너이 떠 몯 쭡 아

죄송해요. 그것을 이해하지 못했어요.

Tôi xin lỗi. Tôi không hiểu.
또이 씬 로이. 또이 콩 히에우

무슨 뜻이죠?

Đó có nghĩa là gì ạ?
더 꺼 응이아 라 지 아?

양해를 구할 때

실례지만, 지나가도 될까요?

Xin lỗi, tôi có thể đi qua được không?
씬 로이, 또이 꺼 테 디 꾸아 드억 콩?

60

잠시 실례하겠습니다. 곧 돌아오겠습니다.

Tôi xin lỗi một chút. Tôi sẽ quay lại ngay.

또이 썬 로이 몯 쭏. 또이 쌔 꾸아이 라이 응아이

죄송하지만 이만 가 봐야겠어요.

Xin lỗi nhưng tôi phải đi bây giờ.

썬 로이 니응 또이 파이 디 버이 저

잠깐 제 가방 좀 봐 주시겠어요? 금방 돌아올게요.

Anh có thể trông túi cho tôi một lúc được không? Tôi sẽ quay lại ngay.

아잉 꺼 테 쫑 뚜이 쩌 또이 몯 룩 드억 콩? 또이 쌔 꾸아이 라이 응아이

죄송하지만 조금 늦게 도착할 것 같아요.

Xin lỗi nhưng có lẽ tôi sẽ đến muộn một chút.

썬 로이 니응 꺼 래 또이 쌔 덴 무온 몯 쭏

긍정적으로 대답할 때

물론이죠!

Tất nhiên rồi!
떤 니엔 조이!

알겠습니다.

Tôi hiểu rồi.
또이 히에우 조이

기꺼이 하죠.

Tôi rất sẵn lòng.
또이 젇 싼 렁

문제없습니다.

Không có vấn đề gì ạ.
콩 꺼 번 데 지 아

좋아요!

Tốt!
똗!

맞아요.

Đúng rồi.
둥 조이

부정적으로 대답할 때

전혀 모르겠어요.

Tôi không biết gì hết.
또이 콩 비엔 지 헫

아무것도 아니에요.

Chả là cái gì cả.
짜 라 까이 지 까

아직이에요.

Vẫn chưa ạ.
번 쯔어 아

물론 아니죠!

Tất nhiên là không rồi!
떤 니엔 라 콩 조이!

말도 안 돼요!

Không thể thế được!
콩 테 테 드억!

그럴 기분 아니에요.

Tôi không có tâm trạng làm việc đó.
또이 콩 꺼 떰 짱 람 비엑 더

저는 해결할 수 없어요.

Tôi không thể giải quyết được.
또이 콩 테 자이 꾸이엔 드억

완곡히 거절할 때

죄송하지만 전 못하겠어요.

Xin lỗi nhưng tôi không thể làm được.
씬 로이 니응 또이 콩 테 람 드억

64

전 그렇게 생각하지 않아요.

Tôi không nghĩ như vậy.
또이 콩 응이 니으 버이

제가 할 수 없을 것 같은데요.

Có lẽ tôi không thể làm được.
꺼 래 또이 콩 테 람 드억

미안해요. 지금은 좀 어려울 것 같아요.

Tôi xin lỗi. Bây giờ hơi khó.
또이 씬 로이. 버이 저 허이 커

다시 생각해 보는 게 나을 것 같아요.

Có lẽ anh nên suy nghĩ lại thì tốt hơn.
꺼 래 아잉 넨 쑤이 응이 라이 티 똣 헌

생각 좀 해 볼게요.

Tôi sẽ thử cân nhắc.
또이 쌔 트 껀 냑

기타 대답

아마도.

Có thể.
꺼 테

아마 그럴 거야.

Có vẻ như vậy.
꺼 배 니으 버이

경우에 따라 다르지.

Mỗi lúc một khác chứ.
모이 룩 몯 칵 쯔

믿을 수 없어.

Không thể tin được.
콩 테 띤 드억

이해하겠어요?

Anh hiểu không?
아잉 히에우 콩?

장난치지 마!

Đừng có đùa!
등 꺼 두어!

다음에 다시 이야기해요.

Nói chuyện này sau đi.
너이 쭈이엔 나이 싸우 디

맞장구칠 때

맞아요.

Đúng thế.
둥 테

저도요.

Tôi cũng thế.
또이 꿍 테

그게 바로 제가 말하려던 거예요.

Tôi cũng đang định nói như thế.
또이 꿍 당 딩 너이 니으 테

67

좋은 생각이에요.

Ý kiến hay đấy.

이 끼엔 하이 더이

동의합니다.

Tôi đồng ý.

또이 동 이

그렇고말고요.

Chắc chắn rồi.

짝 짠 조이

당연하죠.

Đương nhiên rồi.

드엉 니엔 조이

Tất nhiên rồi.

떹 니엔 조이

맞장구치지 않을 때

그래요?

Thế à?

테 아?

별로 좋은 생각 같진 않아요.

Có vẻ đó không phải là ý kiến
hay.

꺼 배 더 콩 파이 라 이 끼엔 하이

잘 모르겠어요.

Tôi không biết.

또이 콩 비엗

그럴 수도 있죠.

Cũng có thể như thế.

꿍 꺼 테 니으 테

그게 항상 옳다고 할 수는 없죠.

Điều đó không phải lúc nào cũng
đúng.

디에우 더 콩 파이 룩 나오 꿍 둥

저는 좀 생각이 달라요.

Tôi nghĩ khác một chút.
또이 응이 칵 몯 쭏

정말 그렇게 생각하세요?

Anh thực sự nghĩ như vậy sao?
아잉 특 쓰 응이 니으 버이 싸오?

반대할 때

반대합니다!

Tôi phản đối!
또이 판 도이!

말도 안 되는 소리 하지 마.

Đừng có nói câu vô lý như thế.
등 꺼 너이 꺼우 보 리 니으 테

당신에게 동의하지 않아요.

Tôi không đồng ý với anh.
또이 콩 동 이 버이 아잉

70

그 계획에 반대합니다.

Tôi phản đối kế hoạch đó.
또이 판 도이 께 호아익 더

저는 그 의견을 지지하지 않아요.

Tôi không tán thành ý kiến đó.
또이 콩 딴 타잉 이 끼엔 더

당신의 의견은 이 계획에 부합하지 않은 것 같네요.

Ý kiến của anh có vẻ không phù hợp với kế hoạch này.
이 끼엔 꾸어 아잉 꺼 배 콩 푸 헙 버이 께 호아익 나이

주의를 줄 때

조심해!

Cẩn thận đấy!
껀 턴 더이!

차 조심해!

Cẩn thận ô tô!
껀 턴 오 또!

앞에 조심해!

Cẩn thận phía trước!
껀 턴 피어 쯔억!

조용히 좀 해 주세요.

Xin giữ trật tự.
씬 즈 쩔 뜨

시끄러워요.

Ồn ào quá.
온 아오 꾸아

너무 서두르지 마세요.

Xin đừng quá vội vàng.
씬 등 꾸아 보이 방

서둘러! 시간이 얼마 없어.

Nhanh lên! Không còn nhiều thời gian đâu.
냐잉 렌! 콩 껀 니에우 터이 쟌 더우

거짓말하지 마.

Đừng có nói dối.
등 꺼 너이 조이

장난치지 마.

Đừng có đùa.
등 꺼 두어

제발 나 좀 귀찮게 하지 마.

Làm ơn đừng làm phiền tôi.
람 언 등 람 피엔 또이

역에서 소매치기를 조심하세요.

Xin hãy cẩn thận móc túi ở ga tàu.

씬 하이 껀 턴 먹 뚜이 어 가 따우

반려동물은 출입 금지입니다.

Không được phép mang động vật nuôi vào.

콩 드억 팹 망 동 벋 누오이 바오

여긴 주차 금지 구역이에요.

Đây là khu vực cấm đỗ xe.

더이 라 쿠 븍 껌 도 쌔

충고할 때

최선을 다해라.

Hãy làm hết sức mình đi.

하이 람 헫 쓱 밍 디

이 말 명심해.

Hãy ghi nhớ điều này.

하이 기 녀 디에우 나이

신중하게 행동해.

Hãy hành động thận trọng.

하이 하잉 동 턴 쩡

무엇이든 꾸준히 하는 게 중요해.

Dù làm gì đi chăng nữa cũng cần làm đều đặn.

주 람 지 디 짱 느어 꿍 껀 람 데우 단

시간을 중요하게 생각하렴.

Hãy biết quý trọng thời gian.

하이 비엩 꾸이 쩡 터이 잔

절대 포기하지 마.

Tuyệt đối đừng bỏ cuộc.

뚜이엩 도이 등 버 꾸옥

\# 새로운 일을 시도하는 걸 주저하지 마.

Đừng ngại thử sức với công việc mới.

등 응아이 트 쓱 버이 꽁 비엑 머이

\# 앞으로 더 좋은 기회가 있을 거야.

Sau này sẽ còn có cơ hội tốt hơn.

싸우 나이 쌔 껀 꺼 꺼 호이 똗 헌

\# 계속 열심히 해.

Tiếp tục cố gắng nhé.

띠엡 뚝 꼬 강 냬

\# 너무 기대하지 마.

Đừng kỳ vọng quá.

등 끼 벙 꾸아

\# 실수를 두려워하지 마.

Đừng sợ làm sai.

등 써 람 싸이

틈틈이 쉬는 게 좋아.

Thỉnh thoảng nên nghỉ ngơi một
chút.

팅 토앙 넨 응이 응어이 몯 쭏

항상 침착하게 행동해.

Hãy luôn luôn hành động một
cách bình tĩnh.

하이 루온 루온 하잉 동 몯 까익 빙 띵

존경

저는 그 선생님을 존경해요.

Tôi kính trọng thầy/cô ấy.
또이 낑 쩡 터이/꼬 어이

많은 이들이 그를 존경해요.

Rất nhiều người kính trọng anh ấy.
젿 니에우 응으어이 낑 쩡 아잉 어이

너 정말 대단하다.

Anh giỏi thật đấy.
아잉 저이 턷 더이

너는 성공할 만해.

Anh xứng đáng thành công.
아잉 쏭 당 타잉 꽁

78

우린 그에게 배울 점이 많아요.

Chúng ta có nhiều điểm cần học hỏi anh ấy.

쭝 따 꺼 니에우 디엠 껀 헉 허이 아잉 어이

그 사람처럼 되고 싶어요.

Tôi cũng muốn được giống như anh ấy.

또이 꿍 무온 드억 종 니으 아잉 어이

당신 같은 사람을 알게 되어 영광입니다.

Tôi rất vinh dự khi được quen biết người như anh.

또이 젇 빙 즈 키 드억 꾸앤 비엩 응으어이 니으 아잉

칭찬

잘했어!

Giỏi lắm!

저이 람!

훌륭해!

Tuyệt lắm!
뚜이엗 람!

굉장해요!

Tốt lắm!
똗 람!

멋져요!

Khá lắm!
카 람!

잘하셨습니다.

Anh đã làm rất tốt.
아잉 다 람 젇 똗

진짜 예쁘다!

Xinh thật đấy!
씽 털 더이!

너 오늘 멋있는데!

Hôm nay anh khá lắm!
홈 나이 아잉 카 람!

너한테 정말 잘 어울려!

Rất hợp với anh!
전 헙 버이 아잉!

격려

기운 내!

Phấn chấn lên!
펀 쩐 렌!

행운을 빌어.

Chúc may mắn.
쭉 마이 만

포기하지 마.

Đừng bỏ cuộc.
등 버 꾸옥

자신감을 가져.

Tự tin lên.
뜨 띤 렌

난 항상 네 편이야.

Tôi lúc nào cũng đứng về phía anh.

또이 룩 나오 꿍 등 베 피어 아잉

좋은 결과가 있을 거야.

Kết quả sẽ tốt thôi.

껠 꾸아 쌔 똔 토이

너무 걱정하지 마.

Đừng lo lắng quá.

등 러 랑 꾸아

부탁

도와주세요!

Xin hãy giúp tôi với!

씬 하이 줍 또이 버이!

좀 부탁드려도 될까요?

Tôi nhờ một chút được không?

또이 녀 몯 쭏 드억 콩?

좀 도와주실 수 있나요?

Xin giúp tôi một chút được không?

씬 줍 또이 몯 쭏 드억 콩?

전화 좀 써도 될까요?

Tôi có thể sử dụng điện thoại một chút được không?

또이 꺼 테 쓰 중 디엔 토아이 몯 쭏 드억 콩?

창문 좀 닫아 주세요.

Xin làm ơn đóng cửa sổ lại.

씬 람 언 덩 끄어 쏘 라이

저와 같이 이것 좀 들어 주실래요?

Anh có thể khênh cùng tôi được không?

아잉 꺼 테 케잉 꿍 또이 드억 콩?

저 좀 학교까지 태워다 주실래요?

Anh có thể đưa tôi đến trường được không?

아잉 꺼 테 드어 또이 덴 쯔엉 드억 콩?

재촉

서둘러!

Nhanh lên!
냐잉 렌!

어서 출발합시다.

Chúng ta xuất phát thôi.
쭝 따 쑤얻 팓 토이

제가 지금 좀 급합니다.

Bây giờ tôi hơi vội một chút.
버이 저 또이 허이 보이 몯 쭌

기한이 내일까지예요.

Hạn cuối là ngày mai.
한 꾸오이 라 응아이 마이

다 되어 가요?

Sắp xong chưa ạ?
쌉 썽 쯔어 아?

빨리 올 수 있어?

Có thể đến luôn không?

꺼 테 덴 루온 콩?

우리 지금 시간이 없어요.

Bây giờ chúng ta không có thời gian.

버이 저 쭝 따 콩 꺼 터이 잔

긍정적 추측

그럴 줄 알았어.

Biết ngay mà.

비엔 응아이 마

잘될 거예요.

Mọi chuyện sẽ tốt cả thôi.

머이 쭈이엔 쌔 똗 까 토이

그는 좋은 사람 같아요.

Anh ấy có vẻ là người tốt.

아잉 어이 꺼 배 라 응으어이 똗

당신은 꼭 성공할 거라고 생각해요.

Tôi nghĩ rằng anh chắc chắn sẽ thành công.
또이 응이 장 아잉 짝 짠 쎄 타잉 꽁

충분히 가능해요.

Hoàn toàn có thể được.
호안 또안 꺼 테 드억

부정적 추측

예감이 좋지 않아요.

Tôi có linh cảm không tốt.
또이 꺼 링 깜 콩 똗

그가 거짓말한 것 같아요.

Có vẻ anh ấy nói dối.
꺼 배 아잉 어이 너이 조이

시험에 떨어질 것 같아요.

Có vẻ tôi sẽ thi trượt.
꺼 배 또이 쎄 티 쯔얻

확실히 말하기는 어려워요.

Rất khó để nói chắc chắn.
젇 커 데 너이 짝 짠

가능성이 거의 없어요.

Gần như không thể.
건 니으 콩 테

불가능해요.

Không thể được.
콩 테 드억

동정

참 안됐군요.

Thật đáng tiếc.
턷 당 띠엑

정말 유감입니다.

Tôi rất lấy làm tiếc.
또이 젇 러이 람 띠엑

너무 실망하지 마세요.

Xin đừng quá thất vọng.
씬 등 꾸아 턷 병

운이 나빴을 뿐이에요.

Chỉ là do không may thôi.
찌 라 저 콩 마이 토이

다음엔 잘될 거예요.

Lần sau sẽ được thôi.
런 싸우 쌔 드억 토이

더 좋은 기회가 있을 거예요.

Sẽ còn có cơ hội tốt hơn.
쌔 껀 꺼 꺼 호이 똗 헌

비난

창피한 줄 알아요!

Hãy biết xấu hổ!
하이 비엗 써우 호!

너 정신 나갔어?

Anh có tỉnh táo không đấy?

아잉 꼬 띵 따오 콩 더이?

바보 같아!

Đồ ngốc!

도 응옥!

유치하게 굴지 마.

Đừng có trẻ con như thế.

등 꺼 째 껀 니으 테

정말 아무것도 모르겠어?

Anh thực sự không biết gì sao?

아잉 특 쓰 콩 비엗 지 싸오?

너 정말 뻔뻔하다.

Anh thật trơ trẽn.

아잉 털 쩌 쩬

Chương 2
사소한 일상에서도!

일어나기

일어날 시간이야!

Đến giờ dậy rồi!
덴 저 저이 조이!

일어났니?

Em đã dậy chưa?
앰 다 저이 쯔어?

빨리 일어나! 늦겠어.

Mau dậy đi! Em sẽ bị muộn mất.
마우 저이 디! 앰 쌔 비 무온 먼

막 일어났어요.

Tôi vừa mới dậy.
또이 브어 머이 저이

보통 몇 시에 일어나니?

Thông thường em dậy lúc mấy giờ?
통 트엉 앰 저이 룩 머이 저?

아침 6시에 일어나.

Em dậy lúc 6 giờ sáng.
앰 저이 룩 싸우 저 쌍

이런! 늦잠을 잤네.

Trời ơi! Ngủ dậy muộn thế.
쩌이 어이! 응우 저이 무온 테

왜 나 안 깨웠어?

Tại sao không gọi anh dậy?
따이 싸오 콩 거이 아잉 저이?

더 자고 싶어요.

Em muốn ngủ thêm.
앰 무온 응우 템

내일 아침에 일찍 깨워 주세요.

Mai em gọi anh dậy sớm nhé.
마이 앰 거이 아잉 저이 썸 냬

알람이 있어야 깰 수 있어요.

Phải có báo thức thì em mới dậy
được.
파이 꺼 바오 특 티 앰 머이 저이 드억

알람 소리를 못 들었어요.

Em đã không nghe thấy tiếng chuông báo thức.
앰 다 콩 응애 터이 띠엥 쭈옹 바오 특

일어나기가 힘들어요. (침대에서 벗어나기가 힘들다.)

Khó ra khỏi giường quá.
커 자 커이 즈엉 꾸아

씻기

손부터 씻으렴.

Hãy rửa tay trước đã.
하이 즈어 따이 쯔억 다

이 닦고 세수했어요.

Tôi đã đánh răng và rửa mặt rồi.
또이 다 다잉 장 바 즈어 맏 조이

오늘 정말 씻기 싫다.

Hôm nay tôi thực sự không muốn
tắm.

홈 나이 또이 특 쓰 콩 무온 땀

잠을 깨려면 세수를 해야겠어.

Anh phải rửa mặt cho tỉnh ngủ
mới được.

아잉 파이 즈어 맏 쩌 띵 응우 머이 드억

저는 매일 자기 전에 샤워를 해요.

Hàng ngày tôi đều tắm trước khi
ngủ.

항 응아이 또이 데우 땀 쯔억 키 응우

운동을 하고 나면 샤워를 해요.

Tập thể dục xong thì anh đi tắm
đi.

떱 테 죽 썽 티 아잉 디 땀 디

저는 보통 머리는 아침에 감아요.

Tôi thường gội đầu vào buổi sáng.

또이 트엉 고이 더우 바오 부오이 쌍

95

식사

우리 뭐 먹을까?

Chúng ta ăn gì nhỉ?
쭝 따 안 지 니?

아침은 꼭 먹는 게 좋아요.

Luôn luôn phải ăn sáng mới được.
루온 루온 파이 안 쌍 머이 드억

남기지 말고 다 먹어.

Hãy ăn hết đừng bỏ thừa cái gì.
하이 안 헫 등 버 트어 까이 지

배고프니?

Em đói bụng à?
앰 더이 붕 아?

밥 먹자!

Ăn cơm thôi!
안 껌 토이!

밥 더 줄까?

Anh lấy thêm cơm cho em nhé?
아잉 러이 템 껌 쩌 앰 내?

피자 시킬까?

Gọi pizza nhé?
거이 삐 자 내?

다 먹었어?

Em ăn hết rồi à?
앰 안 헫 조이 아?

옷 입기 & 화장하기

전 화장을 하고 옷을 입어요.

Tôi trang điểm rồi mới mặc quần áo.
또이 짱 디엠 조이 머이 막 꾸언 아오

화장하는 데 얼마나 걸려?

Em trang điểm hết bao lâu?
앰 짱 디엠 헫 바오 러우?

저는 화장하는 데 시간이 오래 걸려요.

Tôi trang điểm mất khá nhiều thời gian.
또이 짱 디엠 먿 카 니에우 터이 잔

오늘은 뭘 입지?

Hôm nay mặc gì nhỉ?
홈 나이 막 지 니?

남 씨는 파란색 넥타이를 했어요.

Anh Nam đeo cà vạt màu xanh da trời.
아잉 남 대오 까 받 마우 싸잉 자 쩌이

흐엉 씨는 분홍색 원피스를 입었어요.

Chị Hương mặc đầm màu hồng.
찌 흐엉 막 덤 마우 홍

너는 화장 안 해도 예뻐.

Em không trang điểm cũng đẹp.
앰 콩 짱 디엠 꿍 댑

TV 보기

오늘 TV에서 뭐 하지?

Hôm nay TV chiếu gì nhỉ?
홈 나이 띠 브이 찌에우 지 니?

어떤 프로그램을 제일 좋아해요?

Anh thích chương trình nào nhất?
아잉 틱 쯔엉 찡 나오 녇?

채널 좀 바꾸자.

Chúng ta đổi sang kênh khác đi.
쭝 따 도이 쌍 께잉 칵 디

리모컨 좀 주세요.

Làm ơn đưa hộ tôi cái điều khiển từ xa.
람 언 드어 호 또이 까이 디에우 키엔 뜨 싸

TV 볼륨 좀 줄여 주세요.

Làm ơn vặn nhỏ âm lượng TV xuống.
람 언 반 녀 엄 르엉 띠 브이 쑤옹

8시 뉴스 할 시간이에요.

Bây giờ là lúc phát thời sự 8 giờ.
버이 저 라 룩 팓 터이 쓰 땀 저

자기 전에 TV를 꼭 끄렴.

Hãy nhớ tắt TV trước khi ngủ.
하이 녀 딷 띠 브이 쯔억 키 응우

잠자리 들기

보통 몇 시에 자니?

Thông thường em ngủ lúc mấy giờ?
통 트엉 앰 응우 룩 머이 저?

잘 시간이야.

Bây giờ là giờ đi ngủ.
버이 저 라 저 디 응우

난 이제 자러 갈게.

Bây giờ anh đi ngủ đây.
버이 저 아잉 디 응우 더이

아직 안 자? 벌써 12시가 넘었어.

Em vẫn chưa ngủ à?
Đã hơn 12 giờ rồi.
앰 번 쯔어 응우 아? 다 헌 므어이 하이 저 조이

불 좀 꺼 주세요.

Làm ơn tắt đèn hộ tôi.
람 언 딸 댄 호 또이

어제는 일찍 잠들었어요.

Hôm qua tôi đã đi ngủ sớm.
홈 꾸아 또이 다 디 응우 썸

자기 싫어요.

Tôi không muốn đi ngủ.
또이 콩 무온 디 응우

졸려 죽겠어요.

Tôi buồn ngủ chết mất.
또이 부온 응우 쩰 멀

잠버릇

저는 항상 늦게 자요.

Tôi luôn luôn ngủ muộn.
또이 루온 루온 응우 무온

람 씨는 밤새도록 코를 골아요.

Anh Lam ngáy cả đêm.
아잉 람 응아이 까 뎀

저는 가끔 잠꼬대를 해요.

Tôi thỉnh thoảng nói mơ.
또이 팅 토앙 너이 머

그는 잘 때 이를 갈아요.

Anh ấy nghiến răng khi ngủ.
아잉 어이 응이엔 장 키 응우

제 딸은 인형 없이는 잠을 못 자요.

Con gái tôi không ngủ được nếu không có búp bê.
껀 가이 또이 콩 응우 드억 네우 콩 꺼 붑 베

그는 항상 자면서 뒤척여요.

Anh ấy hay cựa quậy khi ngủ.
아잉 어이 하이 끄어 꾸어이 키 응우

숙면

지난밤에는 푹 잘 수 있었어요.

Đêm qua tôi đã ngủ rất ngon.
뎀 꾸아 또이 다 응우 젇 응언

주말엔 부족한 잠을 보충해야 해요.

Cuối tuần tôi phải ngủ bù.
꾸오이 뚜언 또이 파이 응우 부

잠을 잘 못 잤니?

Em ngủ không ngon à?
앰 응우 콩 응언 아?

저는 불면증이 있어요.

Tôi bị chứng mất ngủ.
또이 비 쯩 먿 응우

커피를 많이 마셨더니 잠이 안 와요.

Tôi uống nhiều cà phê quá nên không buồn ngủ.

또이 우옹 니에우 꽈 페 꾸아 넨 콩 부온 응우

잘 잤는데도 피곤하네요.

Tôi ngủ ngon nhưng vẫn thấy mệt.

또이 응우 응언 니응 번 터이 멛

피로를 푸는 가장 좋은 방법은 숙면이에요.

Cách tốt nhất để giảm mệt mỏi là ngủ sâu giấc.

까익 똗 녇 데 잠 멛 머이 라 응우 써우 적

꿈

잘 자요!

Chúc ngủ ngon!

쭉 응우 응언!

좋은 꿈 꿔!

Mơ đẹp nhé!
머 댑 내!

어제 이상한 꿈을 꿨어.

Hôm qua em đã mơ một giấc mơ kỳ lạ.
홈 꾸아 앰 다 머 몯 적 머 끼 라

매일 밤 악몽을 꿔요.

Hàng ngày tôi đều mơ thấy ác mộng.
항 응아이 또이 데우 머 터이 악 몽

내 꿈에 네가 나왔어.

Em đã hiện ra trong giấc mơ của anh.
앰 다 히엔 자 쩡 적 머 꾸어 아잉

지난 밤에 무슨 꿈을 꾼 것 같은데 기억을 못 하겠네.

Đêm qua tôi mơ gì đó mà không thể nhớ ra.

뎀 꾸아 또 머 지 더 마 콩 테 녀 자

좋은 꿈을 꿔서 기분이 좋아.

Em thấy vui vì đã mơ giấc mơ đẹp.

앰 터이 부이 브이 다 머 적 머 댑

화장실 사용

화장실이 어디죠?

Nhà vệ sinh ở đâu ạ?

냐 베 씽 어 더우 아?

화장실 좀 다녀올게.

Anh đi nhà vệ sinh một chút.

아잉 디 냐 베 씽 몯 쭏

화장실에 있었어요.

Tôi đã ở trong nhà vệ sinh.

또이 다 어 쩡 냐 베 씽

화장실에 누구 있나요?

Có ai trong nhà vệ sinh à?

꺼 아이 쩡 냐 베 씽 아?

변기가 막혔어요.

Bồn cầu bị tắc rồi.

본 꺼우 비 딱 조이

세면대에 물이 안 나와요.

Bồn rửa mặt không có nước.

본 즈어 맏 콩 꺼 느억

화장실 에티켓

사용한 휴지는 휴지통에 넣어 주세요.

Hãy vứt giấy vệ sinh đã dùng vào thùng rác.

하이 븓 저이 베 씽 다 중 바오 퉁 작

화장실 변기에 아무것도 버리지 마세요.

Xin đừng vứt gì xuống bồn cầu.

씬 등 븓 지 쑤옹 본 꺼우

변기 물 내리는 거 잊지 마세요.

Xin đừng quên gạt nước bồn cầu.

씬 등 꾸엔 갇 느억 본 꺼우

화장지를 아껴 씁시다.

Hãy tiết kiệm giấy vệ sinh.

하이 띠엔 끼엠 저이 베 씽

나갈 때 불을 꺼 주세요.

Hãy tắt đèn khi đi ra ngoài.
하이 딷 댄 키 디 자 응오아이

화장실에서는 금연입니다.

Cấm hút thuốc trong nhà vệ sinh.
껌 훋 투옥 쩡 냐 베 씽

욕실에서

난 매일 샤워를 해요.

Tôi tắm hàng ngày.
또이 땀 항 응아이

욕실 좀 써도 될까요?

Tôi có thể dùng phòng tắm một chút không?
또이 꺼 테 중 펑 땀 몯 쭏 콩?

아침에는 머리 감을 시간이 없어서 주로 저녁에 감아요.

Tôi không có thời gian gội đầu vào buổi sáng nên thường gội vào buổi tối.

또이 콩 꺼 터이 잔 고이 더우 바오 부오이 쌍 넨 트엉 고이 바오 부오이 또이

샤워하는 데 얼마나 걸려요?

Anh tắm mất bao lâu?

아잉 땀 멀 바오 러우?

넌 샤워를 너무 오래 해.

Em tắm lâu quá.

앰 땀 러우 꾸아

더울 땐 샤워를 하면 좀 시원해져요.

Đi tắm khi trời nóng sẽ thấy mát hơn một chút đấy.

디 땀 키 쩌이 넝 쎄 더이 맏 헌 몯 쭏 더이

거실에서

거실에서 음악을 들어요.

Tôi nghe nhạc trong phòng khách.

또이 응애 냑 쩡 펑 카익

온 가족이 거실에서 TV를 보고 있어요.

Cả nhà đang xem ti vi trong phòng khách.

까 냐 당 쌤 띠 브이 쩡 펑 카익

거실에는 소파가 있어요.

Trong phòng khách có ghế sô pha.

쩡 펑 카익 꺼 게 쏘 파

나는 거실에서 쉬는 걸 좋아해요.

Tôi thích nghỉ ngơi ở phòng khách.

또이 틱 응이 응어이 어 펑 카익

우리집 강아지는 거실에서 자요.

Chó của nhà tôi ngủ ở phòng
khách.

쩌 꾸어 냐 또이 응우어 펑 카익

부엌에서

설거지 좀 도와드릴까요?

Tôi phụ giúp rửa bát nhé?

또이 푸 줍 즈어 밧 내?

주로 요리는 제가 하고 설거지는 남편이 해요.

Tôi thường nấu ăn còn chồng rửa
bát.

또이 트엉 너우 안 껀 쫑 즈어 받

전자레인지 좀 써도 될까요?

Tôi có thể sử dụng lò vi sóng
được không?

또이 꺼 테 쓰 중 러 브이 썽 드억 콩?

112

냉장고에 넣기 전 과일과 채소를 씻어야 하나요?

Có phải rửa hoa quả và rau trước khi cho vào tủ lạnh không?

꺼 파이 즈어 호아 꾸아 바 자우 쯔억 키 쩌 바오 뚜 라잉 콩?

국자를 찾는 중이에요.

Tôi đang tìm cái muôi.

또이 당 띰 까이 무오이

프라이팬을 크기별로 정리했어요.

Tôi đã sắp xếp chảo rán theo kích thước.

또이 다 쌉 쎕 짜오 잔 태오 끽 트억

요리 준비

저녁 식사를 준비 중이에요.

Tôi đang chuẩn bị bữa tối.

또이 당 쭈언 비 브어 또이

10분 후면 저녁이 준비될 거예요.

10 phút nữa bữa tối sẽ được chuẩn bị xong.

므어이 푿 느어 브어 또이 쌔 드억 쭈언 비 썽

오늘 저녁 메뉴는 뭐예요?

Menu của tối nay là gì thế?

메 뉴 꾸어 또이 나이 라 지 테?

저녁 식사 때 뭐 먹고 싶어요?

Anh muốn ăn gì vào bữa tối?

아잉 무온 안 지 바오 브어 또이?

곧 점심 식사 준비할게요. 조금만 기다려요.

Bữa trưa sắp được chuẩn bị xong. Anh chờ một chút nhé.

브어 쯔어 쌉 드억 쭈언 비 썽. 아잉 쩌 몯 쭏 내

빠르게 만들 수 있는 요리는 뭔가요?

Có món nào có thể làm nhanh không nhỉ?

꺼 먼 나오 꺼 테 람 냐잉 콩 니?

요리하기

\# 감자를 4등분하세요.

Hãy chia khoai tây làm 4 phần.
하이 찌어 코아이 떠이 람 본 펀

\# 생선을 오븐에 구울 거예요.

Tôi sẽ nướng cá bằng lò.
또이 쌔 느엉 까 방 러

\# 우리 어머니는 맛있는 찌개 요리법을 알고 계세요.

Mẹ tôi biết cách nấu canh ngon.
매 또이 비엘 까익 너우 까잉 응언

\# 숙주는 살짝 데치면 맛이 더 좋아요.

Giá đỗ nhúng qua sẽ rất ngon.
자 도 늉 꾸아 쌔 젇 응언

\# 한 시간 동안 약불에 끓여야 해요.

Anh phải đun 1 tiếng trong lửa nhỏ.
아잉 파이 둔 몯 띠엥 쩡 르어 녀

고기를 해동했어요.

Tôi đã giã đông thịt.
또이 다 자 동 틷

고기를 다져 주세요.

Hãy băm thịt cho tôi.
하이 밤 틷 쩌 또이

냉장고

냉장고에 먹을 것이 있어요.

Có đồ ăn trong tủ lạnh.
꺼 도 안 쩡 뚜 라잉

냉장고가 텅텅 비었어요.

Tủ lạnh trống rỗng rồi.
뚜 라잉 쫑 종 조이

냉장고가 꽉 차서 더 넣을 공간이 없어요.

Tủ lạnh đã đầy nên không thể để thêm vào được nữa.
뚜 라잉 다 더이 넨 콩 테 데 템 바오 드억 느어

냉장고에 생선 냄새가 심하게 난다.

Trong tủ lạnh đầy mùi cá.
쩡 뚜 라잉 더이 무이 까

우리 냉장고 정리 좀 해야겠어.

Chúng ta phải dọn dẹp tủ lạnh một chút mới được.
쭝 따 파이 전 잽 뚜 라잉 몯 쭏 머이 드억

얼음은 냉동고에 있어.

Có đá trong tủ lạnh.
꺼 다 쩡 뚜 라잉

냉장고에 유통 기한이 지난 음식들이 많아.

Trong tủ lạnh có rất nhiều đồ ăn đã quá hạn sử dụng.
쩡 뚜 라잉 꺼 젇 니에우 도 안 다 꾸아 한 쓰 중

식탁에서

자리에 앉아요.

Hãy ngồi vào chỗ.
하이 응오이 바오 쪼

맛있어 보여요.

Trông có vẻ ngon.
쫑 꺼 배 응언

맛있어요.

Ngon.
응언

정말 맛있어요.

Rất ngon.
젇 응언

배고파서 속이 쓰려요. (엄청 배고파요.)

Tôi đói cồn cào.
또이 더이 꼰 까오

\# 제게 음식 좀 건네 주시겠어요?

Anh có thể đưa hộ tôi món đó được không?

아잉 꺼 테 드어 호 또이 먼 더 드억 콩?

\# 정말 맛있게 잘 먹었어요.

Tôi đã ăn rất ngon miệng.

또이 다 안 젇 응언 미엥

식사 예절

\# 입에 음식을 넣은 채 말하지 마라.

Đừng vừa ăn vừa nói.

등 브어 안 브어 너이

\# 다 먹은 접시는 싱크대에 두세요.

Làm ơn để đĩa đã ăn xong ra chậu rửa bát.

람 언 데 디어 다 안 썽 자 쩌우 즈어 받

식탁에 팔꿈치를 올리면 안 된다.

Không được để khuỷu tay lên bàn ăn.
콩 드억 데 키우 따이 렌 반 안

돌아다니면서 먹지 말아라.

Đừng vừa ăn vừa đi.
등 브어 안 브어 디

꼭꼭 씹어 먹어라.

Hãy nhai kỹ rồi nuốt.
하이 냐이 끼 조이 누올

자리에서 먼저 일어나도 될까요?

Tôi có thể đứng dậy trước được không?
또이 꺼 테 등 저이 쯔억 드억 콩?

음식을 남기지 말고 다 먹도록 해.

Hãy ăn hết chứ đừng bỏ lại thức ăn.
하이 안 헬 쯔 등 버 라이 특 안

설거지

식탁 좀 치워 줄래요?

Anh có thể dọn bàn ăn hộ tôi không?

아잉 꺼 테 전 반 안 호 또이 콩?

그릇을 싱크대에 넣어 주세요.

Hãy mang bát ra chậu rửa bát.

하이 망 받 자 쩌우 즈어 받

설거지는 내가 할게요.

Tôi sẽ rửa bát.

또이 쌔 즈어 받

당신이 요리했으니까 설거지는 내가 할게.

Vì anh đã nấu ăn nên tôi sẽ rửa bát.

브이 아잉 다 너우 안 넨 또이 쌔 즈어 받

아무래도 식기세척기를 쓰는 게 낫겠어요.

Dù gì chăng nữa thì sử dụng máy
rửa bát vẫn hơn.

주 지 짱 느어 티 쓰 중 마이 즈어 받 번 헌

괜찮으면 내가 설거지를 하는 동안 청소기 밀어
줄래요?

Nếu được anh có thể hút bụi
trong lúc tôi rửa bát được không?

네우 드억 아잉 꺼 테 훝 부이 쩡 룩 또이 즈어 받
드억 콩?

위생

식사 전에 손을 비누로 깨끗이 씻으세요.

Hãy rửa tay sạch bằng xà phòng
trước khi ăn.

하이 즈어 따이 싸익 방 싸 펑 쯔억 키 안

그들은 위생 관념이 없어요.

Họ không có khái niệm về vệ sinh.

허 콩 꺼 카이 니엠 베 베 씽

여성은 남성보다 위생 문제에 더 민감해요.

Phụ nữ nhạy cảm về vấn đề vệ sinh hơn nam giới.

푸 느 냐이 깜 베 번 데 베 씽 헌 남 저이

그녀는 지나치게 청결에 집착해요.

Cô ấy bị ám ảnh về vấn đề sạch sẽ.

꼬 어이 비 암 아잉 베 번 데 싸익 쌔

어떻게 하면 사무실을 청결하게 유지할 수 있을까요?

Phải làm thế nào để giữ gìn văn phòng sạch sẽ nhỉ?

파이 람 테 나오 데 즈 진 반 펑 싸익 쌔 니?

세탁

오늘은 빨래를 해야 해.

Hôm nay tôi phải giặt quần áo.
홈 나이 또이 파이 쟏 꾸언 아오

빨래가 산더미야.

Đồ giặt chất cao như núi.
도 쟏 쩓 까오 니으 누이

빨래 좀 널어 주세요.

Làm ơn phơi quần áo hộ tôi.
람 언 퍼이 꾸언 아오 호 또이

빨래 좀 걷어 줄래요?

Anh giúp em thu quần áo vào
được không?
아잉 줍 앰 투 꾸언 아오 바오 드억 콩?

이 옷은 반드시 드라이클리닝해야 돼요.

Cái áo này phải giặt khô.
까이 아오 나이 파이 쟏 코

셔츠 좀 다려 주세요.

Làm ơn là áo sơ mi hộ tôi.

람 언 라 아오 써 미 호 또이

다림질하다가 손을 데었어요.

Tôi bị bỏng tay trong lúc là quần áo.

또이 비 벙 따이 쩡 룩 라 꾸언 아오

청소

방이 너무 더러워. 좀 치워야겠다.

Phòng bẩn quá. Phải dọn dẹp mới được.

펑 번 꾸아. 파이 전 잽 머이 드억

청소기를 돌려야겠어.

Chắc phải đẩy qua máy hút bụi một lượt mới được.

짝 파이 더이 꾸아 마이 훝 부이 몯 르얻 머이 드억

창문 좀 닦아 줄래?

Em có thể lau cửa sổ hộ anh
được không?

앰 꺼 테 라우 끄어 쏘 호 아잉 드억 콩?

화장실 청소 좀 도와줘.

Em giúp anh lau dọn nhà vệ sinh
với.

앰 줍 아잉 라우 전 냐 베 씽 버이

거실 좀 걸레로 닦아 주세요.

Hãy lau phòng khách bằng giẻ lau
cho tôi nhé.

하이 라우 펑 카익 방 재 라우 쩌 또이 내

바닥을 빗자루로 쓸어 줘.

Hãy quét sàn bằng chổi cho tôi.

하이 꾸앹 싼 방 쪼이 쩌 또이

분리수거

쓰레기 좀 버려 줄래요?

Em có thể đi đổ rác hộ anh được không?

앰 꺼 테 디 도 작 호 아잉 드억 콩?

재활용 쓰레기는 어디에 버려야 하나요?

Phải bỏ rác tái chế ở đâu ạ?

파이 버 작 따이 쩨 어 더우 아?

재활용 쓰레기는 분리해서 버려야 해요.

Anh phải phân loại rác tái chế rồi mới được bỏ đi.

아잉 파이 펀 로아이 작 따이 쩨 조이 머이 드억 버 디

일반 쓰레기는 어디에 버려요?

Bỏ rác thải thường ở đâu ạ?

버 작 타이 트엉 어 더우 아?

음식물 쓰레기 좀 버려 줘.

Hãy bỏ rác thải thức ăn đi cho tôi.

하이 버 작 타이 특 안 디 쩌 또이

베트남은 분리수거를 시행 중이에요.

Việt Nam đang thực hiện phân loại và thu gom rác.

비엔 남 당 특 히엔 펀 로아이 바 투 검 작

집 꾸미기

전 집 꾸미기를 좋아해요.

Tôi thích trang trí nhà cửa.

또이 틱 짱 찌 냐 끄어

아이들을 위해 수납장을 구입했어요.

Tôi đã mua tủ cho bọn trẻ.

또이 디 무어 뚜 쩌 번 째

이 벽에 어울리는 색깔이 뭐가 있을까요?

Màu nào thì phù hợp với bức tường này?

마우 나오 티 푸 헙 버이 븍 뜨엉 나이?

저는 인테리어나 가구 디자인에 관심이 많아요.

Tôi có quan tâm tới thiết kế nội thất và đồ đạc.

또이 꺼 꾸안 떰 떠이 티엔 께 노이 털 바 도 닥

벽에 페인트 칠을 새로 해야겠어요.

Chắc tôi phải sơn lại tường.

짝 또이 파이 썬 라이 뜨엉

선반을 수리해야 해요.

Tôi phải sửa giá để đồ.

또이 파이 쓰어 자 데 도

새 커튼이 벽 색깔과 어울리지 않아.

Rèm mới không hợp với màu tường.

잼 머이 콩 헙 버이 마우 뜨엉

129

초대하기

\# 내일 시간 있니?

Ngày mai em có thời gian không?
응아이 마이 앰 꺼 터이 잔 콩?

\# 우리 집으로 저녁 먹으러 오지 않을래?

Em đến nhà chúng tôi ăn tối nhé?
앰 덴 냐 쭝 또이 안 또이 내?

\# 나랑 같이 점심 먹을래?

Em đi ăn trưa với anh nhé?
앰 디 안 쯔어 버이 아잉 내?

\# 이번 주말에 무슨 계획 있니?

Cuối tuần này em có kế hoạch gì không?
꾸오이 뚜언 나이 앰 꺼 께 호아익 지 콩?

\# 몇 시에 만날까?

Mấy giờ chúng ta gặp nhau?
머이 저 쭝 따 갑 냐우?

출발할 때 미리 전화 줘.

Khi nào em xuất phát thì gọi cho anh nhé.

키 나오 앰 쑤얻 팓 티 거이 쩌 아잉 내

늦지 말고 시간을 꼭 엄수해 주세요.

Đừng đến muộn mà hãy giữ đúng thời gian.

등 덴 무온 마 하이 즈 둥 터이 잔

방문하기

몇 시에 가면 되나요?

Mấy giờ tôi đến thì được ạ?

머이 저 또이 덴 티 드억 아?

초대해 주셔서 감사합니다.

Cảm ơn anh đã mời tôi.

깜 언 아잉 다 머이 또이

디저트를 가져왔어요.

Tôi đã mang đồ ăn nhẹ tới.
또이 다 망 도 안 내 떠이

내가 가져갈 것 뭐 있어요?

Có cần tôi mang gì đến không?
꺼 껀 또이 망 지 뗀 콩?

마실 것 좀 줄까?

Anh lấy đồ uống cho em nhé?
아잉 러이 도 우옹 쩌 앰 내?

132

약속 잡기

\# 이번 주말에 나랑 영화 보러 갈래?

Cuối tuần này em đi xem phim với anh không?

꾸오이 뚜언 나이 앰 디 쌤 핌 버이 아잉 콩?

\# 우리 어디서 만날까?

Chúng ta gặp nhau ở đâu?

쭝 따 갑 냐우 어 더우?

\# 흐엉도 부를까?

Gọi cả Hương nhé?

거이 까 흐엉 내?

\# 난 주말 저녁에는 다 좋아.

Buổi tối cuối tuần mình đều rảnh.

부오이 또이 꾸오이 뚜언 밍 데우 자잉

\# 흐엉에게 전화해 볼게.

Mình sẽ gọi cho Hương.

밍 쌔 거이 쩌 흐엉

133

이번 주는 안되는데, 다음 주는 어떠니?

Tuần này thì không được vậy tuần sau thì thế nào?

뚜언 나이 티 콩 드억 버이 뚜언 싸우 티 테 나오?

영화 보기 전에 뭘 좀 먹었으면 좋겠어.

Em muốn ăn cái gì đó trước khi xem phim.

앰 무온 안 까이 지 더 쯔억 키 쌤 핌

안부 묻기

그동안 어떻게 지냈어?

Thời gian qua em thế nào?

터이 잔 꾸아 앰 테 나오?

너 람 소식 들었니?

Em có nghe tin gì về Lam không?

앰 꺼 응애 띤 지 배 람 콩?

영국에 유학 갔다는 소식은 들었어.

Mình nghe nói em ấy đã đi du học Anh.

밍 응애 너이 앰 어이 다 디 주 혁 아잉

무슨 일 있어? 안색이 안 좋아 보여.

Có chuyện gì vậy? Trông sắc mặt của em không tốt.

꺼 쭈이엔 지 버이? 쫑 싹 맏 꾸어 앰 콩 똗

하는 일은 어때? 잘되어 가?

Công việc của em thế nào? Có ổn không?

꽁 비엑 꾸어 앰 테 나오? 꺼 온 콩?

다이어트 중이니? 살 빠진 것 같아.

Em đang ăn kiêng à? Em có vẻ sút cân đấy.

앰 당 안 끼엥 아? 앰 꺼 배 쑫 껀 더이

일상 대화

네 말도 일리가 있어.

Em nói cũng có lý.
앰 너이 꿍 꺼 리

일 때문에 스트레스가 너무 심해.

Tôi bị căng thẳng vì công việc.
또이 비 깡 탕 브이 꽁 비엑

힘들어도 견뎌야지 뭐.

Dù vất vả cũng phải cố thôi.
주 벋 바 꿍 파이 꼬 토이

그건 말이 안 돼.

Không thể có chuyện đó được.
콩 테 꺼 쭈이엔 더 드억

이번 주 토요일에 흐엉이랑 만나기로 했는데 올래?

Thứ bảy tuần này mình đã hẹn gặp Hương, cậu có đến không?
트 바이 뚜언 나이 밍 다 핸 갑 흐엉, 꺼우 꺼 덴 콩?

음... 나 흐엉이랑 별로 안 친해.

Ờ... Tớ không thân với Hương lắm.

어... 떠 콩 턴 버이 흐엉 람

헤어질 때

너 오늘 집에 몇 시에 들어갈 거야?

Hôm nay mấy giờ em sẽ về nhà?

홈 나이 머이 저 앰 쌔 베 냐?

오늘은 집에 일찍 들어가야 할 것 같아요.

Hôm nay có lẽ tôi phải về sớm.

홈 나이 꺼 래 또이 파이 베 썸

택시 타고 가려고. 같이 갈래?

Anh định đi tắc xi. Em có đi cùng không?

아잉 딩 디 딱 씨. 앰 꺼 디 꿍 콩?

내 오토바이 타고 가자.

Đi bằng xe máy của mình đi.
디 방 쌔 마이 꾸어 밍 디

피곤하다. 난 이만 가 볼게.

Mệt quá. Mình về đây.
멛 꾸아. 밍 베 더이

조만간 또 만나자.

Hẹn sớm gặp lại.
핸 썸 갑 라이

운전하기

운전 법규를 지켜야 해요.

Anh phải tuân thủ luật giao thông.

아잉 파이 뚜언 투 루얻 자오 통

규정 속도를 지키세요.

Xin hãy tuân thủ tốc độ quy định.

씬 하이 뚜언 투 똑 도 꾸이 딩

경적을 울리면 안 돼요.

Anh không được phép bóp còi.

아잉 콩 드억 팹 법 꺼이

가벼운 접촉 사고가 있었어요.

Tôi đã bị tai nạn va chạm nhỏ.

또이 다 비 따이 난 바 짬 녀

그는 운전을 아주 잘해요.

Anh ấy lái xe rất giỏi.

아잉 어이 라이 쌔 젇 저이

139

그는 운전을 난폭하게 해요.

Anh ấy lái xe rất ẩu.

아잉 어이 라이 쌔 젿 어우

차를 운전할 땐 안전벨트를 꼭 매야 해.

Em phải thắt dây an toàn khi lái ô tô nhé.

앰 파이 탙 저이 안 또안 키 라이 오 또 내

너무 빠르잖아. 속도 좀 줄여.

Anh chạy xe nhanh quá. Hãy giảm tốc độ xuống một chút.

아잉 짜이 쌔 냐잉 구아. 하이 잠 똑 도 쑤옹 몯 쭏

갑자기 오토바이가 끼어들어서 사고가 날 뻔했어요.

Chiếc xe máy đột ngột lách vào nên xuýt nữa thì xảy ra tai nạn.

찌엑 쌔 마이 돋 응옽 라익 바오 넨 쑤읻 느어 티 싸이 자 따이 난

오토바이를 탈 때는 헬멧 착용이 의무입니다.

Đội mũ bảo hiểm khi lái xe máy là bắt buộc.

도이 무 바오 히엠 키 라이 쌔 마이 라 밧 부옥

고속 도로에는 오토바이가 다닐 수 없어요.

Xe máy không được phép đi trên đường cao tốc.

쌔 마이 콩 드억 팹 디 쩬 드엉 까오 똑

경찰이 음주 운전을 단속하고 있어요.

Cảnh sát đang bắt những người uống rượu lái xe.

까잉 쌷 당 밧 니응 응으어이 우옹 지에우 라이 쌔

주차

주차장은 어디에 있나요?

Bãi đỗ xe ở đâu ạ?

바이 도 쌔 어 더우 아?

건물 뒤에 주차장이 있어요.

Có bãi đỗ xe đẳng sau tòa nhà.

꺼 바이 도 쌔 당 싸우 또아 냐

주차 금지

Cấm đỗ xe

껌 도 쌔

만차입니다.

Hết chỗ đỗ xe rồi ạ.

헫 쪼 도 쌔 조이 아

주차 요금은 얼마인가요?

Tiền gửi xe là bao nhiêu ạ?

띠엔 그이 쌔 라 바오 니에우 아?

오토바이는 어디에 주차할 수 있나요?

Xe máy đỗ ở đâu ạ?

쌔 마이 도 어 더우 아?

저는 집 앞에 오토바이를 주차했어요.

Tôi đã đỗ xe máy trước nhà.

또이 다 도 쌔 마이 쯔억 냐

교통 체증

길이 꽉 막혔어요.

Đường tắc cứng rồi.
드엉 딱 끙 조이

오늘 교통 체증이 아주 심한데요.

Đường hôm nay tắc quá.
드엉 홈 나이 딱 꾸아

왜 밀리는 거죠?

Sao lại tắc đường thế nhỉ?
싸오 라이 딱 드엉 테 니?

출퇴근 시간에는 항상 막혀요.

Đường luôn luôn tắc vào giờ cao điểm.
드엉 루온 루온 딱 바오 저 까오 디엠

사고가 나서 길이 막혔어요.

Đường tắc vì có tai nạn.
드엉 딱 브이 꺼 따이 난

교통 체증을 피하려면 어떻게 해야 할까요?

Phải làm thế nào để có thể tránh tắc đường?

파이 람 테 나오 데 꺼 테 짜잉 딱 드엉?

호찌민 시내 도로는 혼잡해요.

Đường trong trung tâm thành phố Hồ Chí Minh rất đông xe cộ.

드엉 쩡 쭝 떰 타잉 포 호 찌 밍 젇 동 쌔 꼬

교통 규정 위반

그들은 빨간 신호등을 그냥 지나갔어요.

Họ đã vượt đèn đỏ.

허 다 브얻 댄 더

그는 과속 운전을 했어요.

Anh ấy đã vượt quá tốc độ quy định.

아잉 어이 다 브얻 꾸아 똑 도 꾸이 딩

144

흐엉은 헬멧을 안 쓰고 오토바이를 탔어요.

Hương đã đi xe máy mà không đội mũ bảo hiểm.

흐엉 다 디 쌔 마이 마 콩 도이 무 바오 히엠

뺑소니 범죄가 점점 늘어나네요.

Ngày càng có nhiều vụ gây tai nạn rồi bỏ trốn.

응아이 깡 꺼 니에우 부 거이 따이 난 조이 버 쫀

음주 운전은 아주 위험해요.

Lái xe sau khi uống rượu là vô cùng nguy hiểm.

라이 쌔 싸우 키 우옹 지에우 라 보 꿍 응우이 히엠

운전 중 전화를 하다가 벌금을 부과받았어요.

Tôi đã bị phạt tiền vì nghe điện thoại trong khi đang lái xe.

또이 다 비 팥 띠엔 브이 응애 디엔 토아이 쩡 키 당 라이 쌔

집 구하기

새 아파트를 구하고 있어요.

Tôi đang tìm chung cư mới.
또이 당 띰 쭝 끄 머이

어느 정도 크기의 집을 찾으세요?

Anh muốn tìm căn nhà rộng bao nhiêu?
아잉 무온 띰 깐 냐 종 바오 니에우?

방 두 개짜리 아파트를 원해요.

Tôi muốn tìm căn chung cư có hai phòng.
또이 무온 띰 깐 쭝 끄 꺼 하이 펑

이 아파트는 방이 몇 개인가요?

Căn chung cư này có mấy phòng?
깐 쭝 끄 나이 꺼 머이 펑?

추천해 주실 집이 있나요?

Anh có căn hộ nào có thể giới thiệu cho tôi không?
아잉 꺼 깐 호 나오 꺼 테 저이 티에우 쩌 또이 콩?

이 집에 관심이 있어요.

Tôi có quan tâm đến căn nhà này.
또이 꺼 꾸안 떰 덴 깐 냐 나이

방문해 보고 싶어요.

Tôi muốn đến thăm.
또이 무온 덴 탐

조건 보기

월세는 얼마인가요?

Tiền thuê nhà hàng tháng là bao nhiêu?
띠엔 투에 냐 항 탕 라 바오 니에우?

보증금을 내야 하나요?

Có phải trả tiền đặt cọc không ạ?
꺼 파이 짜 띠엔 닫 껵 콩 아?

두 달치 월세분의 보증금을 내야 합니다.

Phải trả tiền đặt cọc bằng hai tháng tiền nhà.
파이 짜 띠엔 닫 껵 방 하이 탕 띠엔 냐

집세는 언제 내야 하나요?

Bao giờ phải trả tiền thuê nhà ạ?
바오 저 파이 짜 띠엔 투에 냐 아?

공과금을 따로 내야 하나요?

Tiền điện nước phải trả riêng ạ?
띠엔 디엔 느억 파이 짜 지엥 아?

인터넷이 포함되어 있나요?

Có bao gồm cả tiền internet không ạ?
꺼 바오 곰 까 띠엔 인 떠 넽 콩 아?

계약하기

계약하겠어요.

Tôi sẽ ký hợp đồng.

또이 쌔 끼 헙 동

이 집으로 하겠어요.

Tôi sẽ chọn căn nhà này.

또이 쌔 쩐 깐 냐 나이

계약할까요?

Chúng ta ký hợp đồng nhé?

쭝 따 끼 헙 동 내?

언제 이사 올 수 있으세요?

Khi nào anh có thể chuyển đến ạ?

키 나오 아잉 꺼 테 쭈이엔 덴 아?

당장 이사 들어가도 될까요?

Có thể chuyển đến ngay được
không ạ?

꺼 테 쭈이엔 덴 응아이 드억 콩 아?

공과금 포함 한 달에 2백만 동입니다.

Một tháng hai triệu đồng bao gồm cả tiền điện nước.

몯 탕 하이 찌에우 동 바오 곰 까 띠엔 디엔 느억

월세는 매월 1일에 내시면 됩니다.

Tiền nhà trả vào ngày mồng 1 hàng tháng là được ạ.

띠엔 냐 짜 바오 응아이 몽 몯 항 탕 라 드억 아

이사 계획

이사할 때가 된 것 같아요.

Có lẽ đã đến lúc chuyển nhà.

꺼 래 다 덴 룩 쭈이엔 냐

우리는 다음 달에 이사할 계획이에요.

Chúng tôi định chuyển nhà vào tháng sau.

쭝 또이 딩 쭈이엔 냐 바오 탕 싸우

곧 이사 간다면서요?

Anh nói sắp chuyển nhà nhỉ?

아잉 너이 쌉 쭈이엔 냐 니?

이사하는 것 때문에 걱정이에요.

Tôi lo lắng vì việc chuyển nhà.

또이 러 랑 브이 비엑 쭈이엔 냐

이사 가려면 한 달 전에 미리 알려 주셔야 합니다.

Nếu định chuyển đi thì anh phải
báo trước một tháng.

네우 딩 쭈이엔 디 티 아잉 파이 바오 쯔억 몯 탕

국제 이사 업체를 아세요?

Anh có biết công ty chuyển nhà
quốc tế không?

아잉 꺼 비엗 꽁 띠 쭈이엔 냐 꾸옥 떼 콩?

이사하기

이삿짐은 다 쌌어요?

Anh đã đóng gói đồ đạc xong chưa?

아잉 다 덩 거이 도 닥 썽 쯔어?

이사 가기 위해 짐을 싸야 해요.

Tôi phải đóng gói đồ đạc để chuyển nhà.

또이 파이 덩 거이 도 닥 데 쭈이엔 냐

이삿짐 센터에 맡겼어요.

Tôi đã thuê trung tâm chuyển nhà.

또이 다 투에 쭝 떰 쭈이엔 냐

이사할 때 도움이 필요하면 말해. 도와줄게.

Khi chuyển nhà em cần giúp đỡ gì thì cứ nói. Anh sẽ giúp.

키 쭈이엔 냐 앰 껀 줍 더 지 티 끄 너이. 아잉 쌔 줍

깨지기 쉬운 물건은 잘 포장했어요?

Anh đã đóng gói cẩn thận các đồ dễ vỡ chưa?

아잉 다 덩 거이 껀 턴 깍 도 제 버 쯔어?

저 혼자 이삿짐을 다 쌌어요.

Tôi đã một mình đóng gói tất cả đồ đạc chuyển nhà.

또이 다 몯 밍 덩 거이 떧 까 도 닥 쭈이엔 냐

이사 비용

이사 비용 때문에 걱정이에요.

Tôi đang lo vì chi phí chuyển nhà.

또이 당 러 브이 찌 피 쭈이엔 냐

이사 관련 비용은 얼마나 들어요?

Chi phí chuyển nhà hết bao nhiêu?

찌 피 쭈이엔 냐 헫 바오 니에우?

4인 가족이 하노이에서 호찌민으로 이사 가는 데 비용이 얼마나 드나요?

Gia đình 4 người chuyển nhà từ Hà Nội đến thành phố Hồ Chí Minh thì hết bao nhiêu ạ?

자 딩 본 응으어이 쭈이엔 냐 뜨 하 노이 덴 타잉 포 호 찌 밍 티 헷 바오 니에우 아?

이삿짐 업체는 비용이 어느 정도 하나요?

Chuyển nhà qua công ty thì chi phí hết khoảng bao nhiêu?

쭈이엔 냐 꾸아 꽁 띠 티 찌 피 헷 코앙 바오 니에우?

옮기는 짐의 양에 따라 가격이 달라져요.

Giá cả tùy theo lượng đồ đạc vận chuyển.

자 까 뚜이 태오 르엉 도 닥 번 쭈이엔

154

전화를 걸 때

\# 여보세요!

Alô!
알로!

\# 나 란이야.

Tớ là Lan đây.
떠 라 란 더이

\# 안녕하세요. 저 후이인데요. 흐엉 있어요?

Xin chào. Tôi là Huy. Có Hương ở đó không ạ?
씬 짜오. 또이 라 후이. 꺼 흐엉 어 더 콩 아?

\# 후이 씨와 통화하고 싶어요.

Tôi muốn nói chuyện với anh Huy.
또이 무온 너이 쭈이엔 버이 아잉 후이

155

지금 통화 괜찮으세요?

Bây giờ anh có thể nói chuyện điện thoại được không?
버이 저 아잉 꺼 테 너이 쭈이엔 디엔 토아이 드억 콩?

늦게 전화드려서 죄송합니다.

Xin lỗi vì gọi điện thoại muộn.
씬 로이 브이 거이 디엔 토아이 무온

전화를 받을 때

누구세요?

Ai đấy ạ?
아이 더이 아?

네, 접니다.

Vâng, tôi đây.
벙, 또이 더이

네, 전회 받았습니다. 말씀하세요.

Vâng, tôi nghe. Anh nói đi.
벙, 또이 응애. 아잉 너이 디

좀 더 크게 말해 줄래요?

Anh có thể nói to hơn một chút được không?

아잉 꺼 테 너이 떠 헌 몯 쭌 드억 콩?

좀 천천히 말씀해 주시겠어요?

Anh có thể nói chậm hơn một chút được không?

아잉 꺼 테 너이 쩜 헌 몯 쭌 드억 콩?

무슨 일 때문이시죠?

Có chuyện gì vậy ạ?

꺼 쭈이엔 지 버이 아?

저는 김 사장님의 비서입니다.

Tôi là thư ký của giám đốc Kim.

또이 라 트 끼 꾸어 잠 독 낌

전화를 바꿔 줄 때

잠시만요.

Xin chờ một chút.
씬 쩌 몯 쭏

끊지 마세요.

Xin đừng gác máy.
씬 등 각 마이

어느 분을 바꿔 드릴까요?

Anh muốn chuyển máy cho ai ạ?
아잉 무온 쭈이엔 마이 쩌 아이 아?

연결해 드리겠습니다.

Tôi sẽ nối máy cho anh.
또이 쌔 노이 마이 쩌 아잉

기다려 주시겠어요?

Xin anh chờ một chút được
không?
씬 아잉 쩌 몯 쭏 드억 콩?

158

어느 회사의 누구신가요?

Anh ở công ty nào ạ?
아잉 어 꽁 띠 나오 아?

너한테 전화 왔어.

Có điện thoại của em gọi đến.
꺼 디엔 토아이 꾸어 앰 거이 뗀

다시 전화한다고 할 때

다시 전화할게요.

Tôi sẽ gọi lại.
또이 쌔 거이 라이

내가 나중에 전화할게.

Tôi sẽ gọi sau.
또이 쌔 거이 싸우

10분 후에 다시 전화해 주세요.

Anh gọi lại sau 10 phút nữa nhé.
아잉 거이 라이 싸우 므어이 푼 느어 냬

제가 잠시 후에 다시 전화 드리겠습니다.

Tôi sẽ gọi lại ngay.

또이 쌔 거이 라이 응아이

그에게 제가 전화했었다고 전해주세요.

Xin chị nhắn với anh ấy là tôi đã gọi điện thoại.

씬 찌 냔 버이 아잉 어이 라 또이 다 거이 디엔
토아이

전화를 받을 수 없을 때

통화 중입니다.

Tôi đang nói chuyện điện thoại.

또이 당 너이 쭈이엔 디엔 토아이

지금 자리에 안 계세요.

Bây giờ anh ấy đang không ở chỗ ngồi.

버이 저 아잉 어이 당 콩 어 쪼 응오이

죄송하지만 지금 연결해 드릴 수 없어요.

Xin lỗi nhưng hiện giờ tôi không thể nối máy được.

씬 로이 니응 히엔 저 또이 콩 테 노이 마이 드억

오래 통화할 수 없어요.

Tôi không thể nói chuyện được lâu.

또이 콩 테 너이 쭈이엔 드억 러우

내가 지금 뭐 하는 중이야.

Tôi đang bận chút việc.

또이 당 번 쭌 비엑

전화 오면 나 없다고 해.

Nếu có điện thoại đến thì hãy nói anh không có ở đây nhé.

네우 꺼 디엔 토아이 덴 티 하이 너이 아잉 콩 꺼 어 더이 냬

통화 상태가 안 좋을 때

\# 소리가 끊겨요.

Tiếng bị ngắt quãng.
띠엥 비 응앝 꾸앙

\# 소리가 잘 안 들리네요.

Tôi không nghe rõ.
또이 콩 응애 저

\# 죄송하지만 다시 한번 말씀해 주시겠어요?

Xin lỗi nhưng anh có thể nói lại một lần nữa được không?
씬 로이 니응 아잉 꺼 테 너이 라이 몯 런 느어
드억 콩?

\# 전화가 끊기는 것 같은데요.

Hình như điện thoại bị ngắt rồi.
힝 니으 디엔 토아이 비 응앝 조이

\# 전화를 우선 끊으세요. 제가 다시 전화할게요.

Anh cúp máy đi. Tôi sẽ gọi lại.
아잉 꿉 마이 디. 또이 쌔 거이 라이

연결 상태가 안 좋아요.

Kết nối không được tốt.

껜 노이 콩 드억 똗

전화 메모 남기기

메시지를 남기시겠어요?

Anh có muốn để lại lời nhắn không?

아잉 꺼 무온 데 라이 러이 냔 콩?

남기실 메시지는 무엇인가요?

Anh muốn nhắn lại gì ạ?

아잉 무온 냔 라이 지 아?

그에게 전화하라고 전해 주세요.

Xin chị nhắn anh ấy gọi lại cho tôi.

씬 찌 냔 아잉 어이 거이 라이 쩌 또이

그에게 1234–5678로 전화하라고 전해 주세요.

Xin chị nhắn anh ấy gọi đến số 1234-5678.

씬 찌 냔 아잉 어이 거이 덴 쏘 몯 하이 바 본 – 남 싸우 바이 땀

민 씨에게 제가 10분 정도 늦을 것 같다고 전해 주시겠어요?

Chị nhắn với anh Minh là tôi sẽ đến muộn khoảng 10 phút được không?

찌 냔 버이 아잉 밍 라 또이 쌔 덴 무온 코앙 므어이 푿 드억 콩?

잘못 걸려 온 전화

죄송합니다. 전화를 잘못 걸었어요.

Xin lỗi. Tôi gọi nhầm điện thoại.

씬 로이. 또이 거이 념 디엔 투아이

죄송합니다. 번호를 헷갈렸네요.

Xin lỗi. Tôi bị nhầm số.
씬 로이. 또이 비 념 쏘

몇 번에 거셨어요?

Anh đã gọi vào số nào ạ?
아잉 다 거이 바오 쏘 나오 아?

번호 잘못 누르셨네요.

Anh nhấn sai số rồi ạ.
아잉 년 싸이 쏘 조이 아

전화번호를 다시 한번 확인해 보세요.

Anh thử kiểm tra lại số điện thoại một lần nữa đi.
아잉 트 끼엠 짜 라이 쏘 디엔 토아이 몯 런 느어 디

여기에 그런 분 안 계십니다.

Không có người nào như thế ở đây ạ.
콩 꺼 응으어이 나오 니으 테 어 더이 아

165

전화를 끊을 때

곧 다시 통화하자.

Lần sau chúng ta lại nói chuyện
tiếp nhé.
런 싸우 쭝 따 라이 너이 쭈이엔 띠엡 내

전화해 줘서 고마워요.

Cảm ơn anh đã gọi cho tôi.
깜 언 아잉 다 거이 쩌 또이

그만 끊어야겠어요.

Anh phải gác máy bây giờ.
아잉 파이 각 마이 버이 저

연락하는 거 잊지 마.

Đừng quên liên lạc nhé.
등 꾸엔 리엔 락 내

급한 일이 있으니까 최대한 빨리 전화해 달라고 전해 주세요.

Tôi đang có việc gấp nên anh nhắn dùm là gọi lại cho tôi ngay nhé.

또이 당 꺼 비엑 겁 넨 아잉 냔 줌 라 거이 라이 쩌 또이 응아이 내

알겠습니다.

Tôi hiểu rồi ạ.

또이 히에우 조이 아

언제든 내게 연락해.

Hãy liên lạc với anh bất cứ lúc nào nhé.

하이 리엔 락 버이 아잉 벋 끄 룩 나오 내

전화 기타

전화 좀 받아 주세요.

Làm ơn nghe máy hộ tôi.

람 언 응애 마이 호 또이

한국에 전화하는 데 얼마가 들까요?

Gọi điện sang Hàn Quốc thì hết
bao nhiêu tiền nhỉ?

거이 디엔 쌍 한 꾸옥 티 헫 바오 니에우 띠엔 니?

위급한 경우엔 몇 번으로 전화해야 하죠?

Khi có tình huống khẩn cấp thì
tôi phải gọi vào số mấy ạ?

키 꺼 띵 후옹 컨 껍 티 또이 파이 거이 바오 쏘
머이 아?

전화번호부 있어요?

Anh có sổ danh bạ điện thoại
không?

아잉 꺼 쏘 자잉 바 디엔 토아이 콩?

휴대 전화가 꺼졌어요.

Điện thoại di động bị tắt nguồn
rồi.

디엔 토아이 지 동 비 딷 웅우온 조이

휴대 전화 좀 빌릴 수 있을까요?

Anh có thể cho tôi mượn điện thoại di động một chút được không?

아잉 꺼 테 쩌 또이 므언 디엔 토아이 지 동 몯 쭏 드억 콩?

169

Chương 3
정겨운 말 한마디!

날씨 묻기

오늘 날씨 어때요?

Thời tiết hôm nay thế nào?
터이 띠엔 홈 나이 테 나오?

그곳 날씨는 어떤가요?

Thời tiết ở đó thế nào?
터이 띠엔 어 더 테 나오?

바깥이 더 더워요?

Ngoài trời có nóng hơn không?
응오아이 쩌이 꺼 넝 헌 콩?

오늘 기온이 몇 도예요?

Nhiệt độ hôm nay là mấy độ?
니엔 도 홈 나이 라 머이 도?

어떤 날씨를 좋아해요?

Anh thích thời tiết như thế nào?
아잉 틱 터이 띠엔 니으 테 나오?

이런 날씨는 싫어하나요?

Anh có ghét thời tiết này không?

아잉 꺼 갣 터이 띠엔 나이 콩?

어제보다는 날씨가 좋아졌죠?

Thời tiết đẹp hơn hôm qua phải không?

터이 띠엔 댑 헌 홈 꾸아 파이 콩?

일기예보

오늘 일기예보 봤어요?

Anh đã xem dự báo thời tiết hôm nay chưa?

아잉 다 쌤 즈 바오 터이 띠엔 홈 나이 쯔어?

놀러 가기 전에 일기예보 확인해 봐.

Em hãy xem dự báo thời tiết trước khi đi chơi nhé.

앰 하이 쌤 즈 바오 터이 띠엔 쯔억 키 디 쩌이 내

일기예보에서 내일은 날씨가 흐릴 거래요.

Dự báo thời tiết nói ngày mai trời sẽ nhiều mây.

즈 바오 터이 띠엔 너이 응아이 마이 쩌이 쌔 니에우 머이

날씨가 일기예보 그대로네요.

Thời tiết đúng y như dự báo.

터이 띠엔 둥 이 니으 즈 바오

일기예보가 틀렸어요.

Dự báo thời tiết bị sai rồi.

즈 바오 터이 띠엔 비 싸이 조이

일기예보는 믿을 수가 없어요.

Không thể tin vào dự báo thời tiết được.

콩 테 띤 바오 즈 바오 터이 띠엔 드억

맑은 날

오늘 날씨 정말 좋네요!

Thời tiết hôm nay thật đẹp!

터이 띠엔 홈 나이 털 댑!

날씨가 맑아요.

Thời tiết thật đẹp.

터이 띠엔 털 댑

Thời tiết thật sáng sủa.

터이 띠엔 털 쌍 쑤어

햇볕이 참 좋아요.

Ánh nắng mặt trời thật tuyệt.

아잉 낭 맏 쩌이 털 뚜이엔

최근에는 날씨가 계속 좋은데요.

Dạo này thời tiết liên tục đẹp.

자오 나이 터이 띠엔 리엔 뚝 댑

구름 한 점 없어요.

Trời không có một gợn mây.

쩌이 콩 꺼 몯 건 머이

외출하기 좋은 날씨예요.

Thời tiết này rất thích hợp để đi ra ngoài.

터이 띠엗 나이 젇 틱 헙 데 디 자 응오아이

내일은 맑아야 할 텐데.

Ngày mai trời phải đẹp mới được.

응아이 마이 쩌이 파이 댑 머이 드억

흐린 날

오늘은 날이 흐리네요.

Thời tiết hôm nay nhiều mây thật.

터이 띠엗 홈 나이 니에우 머이 텉

날이 흐려졌어요.

Trời đã trở nên âm u.

쩌이 다 쩌 넨 엄 우

하늘이 어두워졌어요.

Trời đã tối rồi.
쩌이 다 또이 조이

금방이라도 비가 내릴 것 같아요.

Trời có vẻ sắp mưa.
쩌이 꺼 배 쌉 므어

날씨가 변덕이 심해요.

Thời tiết thật thất thường.
터이 띠엩 텉 텉 트엉

아, 너무 불쾌한 날씨야!

Ôi, thời tiết thật khó chịu!
오이, 터이 띠엩 텉 커 찌우!

구름이 많이 꼈어요.

Trời nhiều mây quá.
쩌이 니에우 머이 꾸아

비 오는 날

비가 와요.

Trời đang mưa.
쩌이 당 므어

빗방울이 떨어지기 시작했어요.

Những giọt mưa bắt đầu rơi rồi.
니응 젿 므어 받 더우 저이 조이

비가 억수같이 쏟아져요.

Trời mưa như trút.
쩌이 므어 니으 쭏

이제 비가 그쳤나요?

Bây giờ mưa đã tạnh chưa ạ?
버이 저 므어 다 따잉 쯔어 아?

우비 없이는 밖에 못 나가요.

Không thể ra ngoài nếu không có áo mưa.
콩 테 자 응오아이 네우 콩 꺼 아오 므어

비가 올 것 같아. 우비 가지고 가!

Có vẻ trời sắp mưa. Em nhớ mang theo áo mưa nhé!

꺼 배 쩌이 쌉 므어. 앰 녀 망 태오 아오 므어 내!

비가 많이 와요. 운전 조심해요.

Trời đang mưa to. Anh lái xe cẩn thận nhé.

쩌이 당 므어 떠. 아잉 라이 쌔 껀 턴 내

천둥

천둥이 치고 있어요.

Sấm đang đánh.

썸 당 다잉

천둥이 심하네!

Sấm to quá!

썸 떠 꾸아!

밤새 천둥소리 때문에 잠을 못 잤어요.

Suốt đêm tôi không ngủ được vì tiếng sấm.

쑤옫 뎀 또이 콩 응우 드억 브이 띠엥 썸

천둥소리가 너무 커서 놀랐어요.

Tôi bị giật mình bởi tiếng sấm quá to.

또이 비 젇 밍 버이 띠엥 썸 꾸아 떠

천둥 칠 때 집에 혼자 있으면 무서워요.

Tôi sợ phải ở nhà một mình khi có sấm.

또이 써 파이 어 냐 몯 밍 키 꺼 썸

번개

번개가 쳐요.

Trời đang nổi chớp.

쩌이 당 노이 쩝

번개가 번쩍했어요.

Tia chớp lóe lên.
띠어 쩝 로애 렌

조금 전에 번개가 저 건물 위로 떨어졌어요.

Chớp vừa mới đánh xuống tòa nhà kia.
쩝 브어 머이 다잉 쑤옹 또아 냐 끼어

저 나무는 번개를 맞았어요.

Cái cây kia đã bị sét đánh.
까이 꺼이 끼어 다 비 쌛 다잉

천둥 번개를 동반한 비가 밤새 내렸어요.

Mưa đã rơi cả đêm kèm theo sấm chớp.
므어 다 저이 까 뎀 깸 태오 썸 쩝

조심해! 번개를 맞으면 죽을 수도 있어.

Cẩn thận đấy! Em có thể chết nếu bị sét đánh.
껀 턴 더이! 앰 꺼 테 쩯 네우 비 쌛 다잉

봄 날씨

날씨가 따뜻해요.

Thời tiết ấm áp quá.
터이 띠엔 엄 압 꾸아

겨울이 가고 봄이 왔어요.

Đông qua và xuân đã tới.
동 꾸아 바 쑤언 다 떠이

봄 기운이 완연하네요.

Khí xuân đã rất rõ ràng.
키 쑤언 다 젇 저 장

바깥 공기가 포근해졌어요.

Không khí ngoài trời đã ấm lên.
콩 키 응오아이 쩌이 다 엄 렌

봄이 되니 꽃이 피네요.

Xuân sang nên hoa nở rồi này.
쑤언 쌍 넨 호아 너 조이 나이

봄은 너무 짧아요.

Mùa xuân thật ngắn ngủi.
무어 쑤언 턷 응안 응우이

저는 봄이 가장 좋아요.

Tôi thích mùa xuân nhất.
또이 틱 무어 쑤언 녇

여름 날씨

날씨가 정말 덥네요.

Trời nóng thật đấy.
쩌이 넝 턷 더이

푹푹 찌는 날씨예요.

Trời nóng như nung.
쩌이 넝 니으 눙

더워 죽겠어요.

Nóng chết mất.
넝 쩰 먿

너무 더워서 땀이 계속 나요.

Vì trời quá nóng nên tôi liên tục đổ mồ hôi.
브이 쩌이 꾸아 넝 넨 또이 리엔 뚝 도 모 호이

오늘이 이번 여름 중 가장 더운 날이래요.

Em nghe nói hôm nay là ngày nóng nhất mùa hè năm nay đấy.
앰 응애 너이 홈 나이 라 응아이 넝 녈 무어 해 남 나이 더이

더워서 밤새 한숨도 못 잤어요.

Cả đêm em không ngủ được vì nóng quá.
까 뎀 앰 콩 응우 드억 브이 넝 꾸아

저 아무래도 더위 먹은 것 같아요.

Có lẽ tôi đã bị cảm nắng rồi.
꺼 래 또이 다 비 깜 낭 조이

184

장마

한국은 지금 장마철이에요.

Bây giờ đang là mùa mưa ở Hàn
Quốc.

버이 저 당 라 무어 므어 어 한 꾸옥

긴 장마가 시작됐어요.

Mùa mưa dai dẳng đã bắt đầu rồi
đấy.

무어 므어 자이 장 다 밭 더우 조이 더이

장마가 끝났어요.

Mùa mưa đã kết thúc rồi.

무어 므어 다 껠 툭 조이

장마철에는 습도가 높아요.

Vào mùa mưa, độ ẩm rất cao.

바오 무어 므어, 도 엄 젇 까오

장마철에는 빨래가 잘 안말라요.

Vào mùa mưa, quần áo rất khó khô.

바오 무어 므어, 꾸언 아오 젇 커 코

장마철에는 우비가 필수품이에요.

Vào mùa mưa, áo mưa là vật không thể thiếu.

바오 무어 므어, 아오 므어 라 벋 콩 테 티에우

태풍

태풍이 다가오고 있어요.

Cơn bão đang đến gần rồi.

껀 바오 당 덴 건 조이

어제 태풍 주의보가 발령됐어요.

Hôm qua, lệnh cảnh báo bão đã được phát đi.

홈 꾸아, 레잉 까잉 바오 바오 다 드억 팓 디

바람이 엄청 세요.

Gió to thật đấy.

저 떠 털 더이

태풍으로 인해 나무가 쓰러졌어요.

Cây đã bị đổ vì bão.

꺼이 다 비 도 브이 바오

태풍으로 인해 파도가 높아요.

Sóng dâng lên cao vì có bão.

썽 정 렌 까오 브이 꺼 바오

이제 태풍은 지나갔어요.

Giờ thì cơn bão đã đi qua rồi.

저 티 껀 바오 다 디 꾸아 조이

가뭄

올해는 가뭄이 심해요.

Năm nay hạn hán thật nghiêm trọng.

남 나이 한 한 털 응이엠 쩡

가뭄 때문에 식물들이 시들었어요.

Cây cỏ đã khô héo hết vì hạn hán.
꺼이 꺼 다 코 해오 헬 브이 한 한

가뭄으로 농작물이 큰 피해를 입었어요.

Nông sản đã bị thiệt hại lớn vì hạn hán.
농 싼 다 비 티엘 하이 런 브이 한 한

비 한 방울 내리지 않았어요.

Trời không có lấy một giọt mưa.
쩌이 콩 꺼 러이 몯 젿 므어

이 가뭄이 장기간 지속될 예정입니다.

Đợt hạn hán này dự kiến sẽ còn kéo dài.
덛 한 한 나이 즈 끼엔 쌔 껀 깨오 자이

사상 최악의 가뭄이에요.

Đây là đợt hạn hán tồi tệ nhất trong lịch sử.
더이 라 덛 한 한 또이 떼 녇 쩡 릭 쓰

홍수

매년 이 무렵에 홍수가 나요.

Hàng năm vào thời điểm này
thường xảy ra lũ lụt.

항 남 바오 터이 디엠 나이 트엉 싸이 자 루 룯

홍수 때문에 철도가 파손되었어요.

Đường sắt đã bị hư hỏng vì lũ lụt.

드엉 쌀 다 비 흐 헝 브이 루 룯

작년의 대규모 홍수로 인한 피해가 컸어요.

Thiệt hại do cơn lũ lớn vào năm
ngoái rất nghiêm trọng.

티엗 하이 저 껀 루 런 바오 남 응오아이 젇 응이엠 쩡

이 지역은 홍수가 자주 일어나요.

Khu vực này thường xuyên xảy ra
lũ lụt.

쿠 븍 나이 트엉 쑤이엔 싸이 자 루 룯

우리 집 안까지 물이 찼어요.

Nước đã tràn vào tận trong nhà chúng tôi.
느억 다 짠 바오 떤 쩡 냐 쭝 또이

홍수로 도시 전체가 물에 잠겼어요.

Toàn bộ thành phố đã bị ngập trong nước lũ.
또안 보 타잉 포 다 비 응업 쩡 느억 루

가을 날씨

날씨가 선선해요.

Thời tiết rất mát mẻ.
터이 띠엗 젇 맏 매

가을로 접어들었어요.

Thời tiết đã vào thu.
터이 띠엗 다 바오 투

선선한 가을 바람이 좋아요.

Gió mùa thu mát mẻ thật dễ chịu.
저 무어 투 맏 매 털 제 찌우

가을은 여행하기 좋은 계절이죠.

Mùa thu là thời điểm đẹp để đi du lịch.
무어 투 라 터이 디엠 댑 데 디 주 릭

가을 하늘은 참 맑아요.

Bầu trời mùa thu thật trong xanh.
버우 쩌이 무어 투 털 쩡 싸잉

가을은 추수의 계절이에요.

Mùa thu là mùa thu hoạch.
무어 투 라 무어 투 호아익

단풍

낙엽들이 물들고 있어요.

Những chiếc lá đã chuyển sang màu vàng.

니응 찌엑 라 다 쭈이엔 쌍 마우 방

가을이 되면, 숲은 갖가지 색으로 물들어요.

Vào mùa thu, cánh rừng được nhuộm bởi nhiều màu sắc.

바오 무어 투, 까잉 증 드억 뉴옴 버이 니에우 마우 싹

단풍잎이 붉게 물들어요.

Lá phong đang chuyển sang màu đỏ.

라 펑 당 쭈이엔 쌍 마우 더

나무가 노랗게 물들기 시작했어요.

Cây đã bắt đầu chuyển sang màu vàng.

꺼이 다 밧 더우 쭈이엔 쌍 마우 방

마당에 있는 낙엽을 쓸어야겠어요.

Tôi phải quét lá khô ở sân mới được.

또이 파이 꾸앤 라 코 어 썬 머이 드억

다음 주말에 단풍을 보러 산에 갈 예정이에요.

Cuối tuần sau tôi định đi lên núi ngắm lá vàng.

꾸오이 뚜언 싸우 또이 딩 디 렌 누이 응암 라 방

겨울 날씨

겨울이 다가오는 것 같은데요.

Có vẻ mùa đông đang đến gần rồi.

꺼 배 무어 동 당 덴 건 조이

날씨가 점점 추워지고 있어요.

Thời tiết đang dần trở lạnh.

터이 띠엩 당 전 쩌 라잉

날씨가 아주 많이 추워요.

Trời lạnh quá.
쩌이 라잉 꾸아

올겨울은 유난히 춥네요.

Mùa đông năm nay lạnh thật.
무어 동 남 나이 라잉 턷

저는 겨울에 감기에 잘 걸려요.

Tôi thường bị cảm cúm vào mùa đông.
또이 트엉 비 깜 꿈 바오 무어 동

손이 얼 것 같아요.

Tay em như sắp đóng băng rồi.
따이 앰 니으 쌉 덩 방 조이

겨울에 오토바이 타는 건 힘들어요.

Đi xe máy vào mùa đông rất vất vả.
디 쌔 마이 바오 무어 동 젇 벋 바

194

눈

눈이 내려요!

Tuyết đang rơi rồi!

뚜이엔 당 저이 조이!

올 겨울 첫눈이에요.

Đây là tuyết đầu mùa của năm
nay đấy.

더이 라 뚜이엔 더우 무어 꾸어 남 나이 더이

함박눈이 내려요.

Tuyết đang rơi dày.

뚜이엔 당 저이 자이

폭설로 교통이 마비되었어요.

Giao thông bị tắc nghẽn do tuyết
lớn.

자오 통 비 딱 응앤 저 뚜이엔 런

아이들은 눈사람을 만들며 놀고 있어요.

Các em bé đang chơi trò làm người tuyết.

깍 앰 배 당 쩌이 쩌 람 응으어이 뚜이엔

베트남에서 눈을 볼 수 있나요?

Có thể thấy tuyết ở Việt Nam không ạ?

꺼 테 터이 뚜이엔 어 비엔 남 콩 아?

2013년에 사파에 눈이 내린 적이 있어요.

Năm 2013 đã từng có tuyết rơi ở Sa Pa.

남 하이 응안 콩 짬 므어이 바 다 뜽 꺼 뚜이엔 저이 어 싸 빠

건기 & 우기

베트남 남부의 계절은 건기와 우기로 나눌 수
있어요.

Thời tiết của miền Nam Việt Nam có thể chia làm mùa khô và mùa mưa.

터이 띠엔 꾸어 미엔 남 비엔 남 꺼 테 찌어 람 무어
코 바 무어 므어

남부 지방은 일 년 내내 더워요.

Các tỉnh miền Nam nóng quanh năm.

깍 띵 미엔 남 넝 꾸아잉 남

우기에는 비가 자주 내려요.

Vào mùa mưa, trời thường xuyên đổ mưa.

바오 무어 므어, 쩌이 트엉 쑤이엔 도 므어

우기에는 항상 우비를 가지고 다녀요.

Vào mùa mưa, mọi người thường
mang theo áo mưa.
바오 무어 므어, 머이 응으어이 트엉 망 태오 아오
므어

건기는 몇 월부터 몇 월까지예요?

Mùa khô từ tháng mấy đến tháng
mấy ạ?
무어 코 뜨 탕 머이 덴 탕 머이 아?

건기가 우기보다 덜 더워요.

Mùa khô ít nóng hơn mùa mưa.
무어 코 읻 넝 헌 무어 므어

계절

지금은 딸기가 제철이에요.

Bây giờ đang là mùa dâu tây.
버이 저 당 라 무어 저우 떠이

198

한국은 사계절이 뚜렷한 편이에요.

Bốn mùa ở Hàn Quốc khá rõ rệt.
본 무어 어 한 꾸옥 카 저 젣

환절기에 저는 항상 감기에 걸려요.

Tôi luôn luôn bị cảm cúm lúc chuyển mùa.
또이 루온 루온 비 깜 꿈 룩 쭈이엔 무어

저는 추위를 잘 타요.

Tôi rất dễ bị cảm lạnh.
또이 젇 제 비 깜 라잉

저는 더위를 잘 타요.

Tôi rất dễ bị cảm nắng.
또이 젇 제 비 깜 낭

언제쯤 계절이 바뀔까요?

Khi nào thì thời tiết đổi mùa thế ạ?
키 나오 티 터이 띠엗 도이 무어 테 아?

설날

새해 복 많이 받으세요!

Chúc mừng năm mới!
쭉 믕 남 머이!

새해가 다가오고 있어요.

Năm mới đang đến gần.
남 머이 당 덴 건

새해 소원이 뭐예요?

Điều ước trong năm mới của anh là gì?
디에우 으억 쩡 남 머이 꾸어 아잉 라 지?

새해에는 행복한 일들만 가득하시길 바랍니다.

Chúc anh năm mới tràn đầy hạnh phúc.
쭉 아잉 남 머이 짠 더이 하잉 푹

모든 일이 뜻대로 되길 바랍니다.

Chúc anh đạt được mọi điều như mong muốn.
쭉 아잉 닫 드억 머이 디에우 니으 멍 무온

새해맞이 폭죽을 구경했어요.

Em đã đi ngắm pháo hoa đón năm mới.
앰 다 디 응암 파오 화 던 남 머이

세뱃돈을 받았어요.

Em đã được nhận tiền lì xì.
앰 다 드억 년 띠엔 리 씨

설날에는 부모님 댁에 갈 생각이에요.

Vào ngày Tết tôi định đến nhà bố mẹ.
바오 응아이 뗏 또이 딩 덴 냐 보 매

설날에 친척들이 우리 집으로 모였어요.

Họ hàng đã đến tụ tập ở nhà tôi vào ngày Tết.
허 항 다 덴 뚜 떱 어 냐 또이 바오 응아이 뗏

베트남 설에는 노란 매화를 많이 볼 수 있어요.

Vào ngày Tết ở Việt Nam có thể nhìn thấy rất nhiều hoa mai vàng.

바오 응아이 뗄 어 비엘 남 꺼 테 닌 터이 젇 니에우 호아 마이 방

베트남 사람들은 설날에 바인쯩을 먹습니다.

Người Việt Nam ăn bánh chưng vào ngày Tết.

응으어이 비엘 남 안 바잉 쯩 바오 응아이 뗄

베트남의 설 연휴는 길어요.

Kỳ nghỉ Tết của Việt Nam rất dài.

끼 응이 뗄 꾸어 비엘 남 젇 자이

추석

추석은 음력 8월 15일이에요.

Trung thu là ngày 15 tháng 8 âm lịch.

쯩 투 라 응아이 므어이 람 탕 땀 엄 릭

추석에 베트남 사람들은 바잉 느엉, 바잉 재오를 먹어요.

Người Việt Nam ăn bánh nướng, bánh dẻo vào ngày trung thu.

응으어이 비엘 남 안 바잉 느엉, 바잉 재오 바오 응아이 쭝 투

한국인들은 추석에 송편을 먹어요.

Người Hàn Quốc ăn bánh Songpyeon vào trung thu.

응으어이 한 꾸옥 안 바잉 송 편 바오 쭝 투

베트남의 추석은 한국의 추석과 달라요.

Trung thu của Việt Nam khác với trung thu của Hàn Quốc.

쭝 투 꾸어 비엘 남 칵 버이 쭝 투 꾸어 한 꾸옥

베트남의 추석은 아이들을 위한 날이라고 볼 수 있어요.

Trung thu của Việt Nam có thể được coi là ngày tết thiếu nhi.

쭝 투 꾸어 비엘 남 꺼 테 드억 꺼이 라 응아이 뗄 티에우 니

크리스마스

메리 크리스마스!

Giáng sinh vui vẻ!
장 씽 부이 배!

이번 크리스마스에는 어떤 선물이 받고 싶어?

Giáng sinh này em muốn nhận quà gì?
장 씽 나이 앰 무온 년 꾸아 지?

나는 크리스마스 때 인형을 받고 싶어.

Em muốn được nhận búp bê trong ngày giáng sinh.
앰 무온 드억 년 붑 베 쩡 응아이 장 씽

친구들에게 줄 크리스마스 카드를 쓰고 있어요.

Tôi đang viết thiệp giáng sinh cho các bạn.
또이 당 비엗 티엡 장 씽 쩌 깍 반

우리는 크리스마스를 위해 집을 꾸몄다.

Chúng tôi đã trang trí nhà cho giáng sinh.

쭝 또이 다 짱 찌 냐 쩌 장 씽

크리스마스에는 시내가 사람들로 북적여요.

Vào dịp giáng sinh, trung tâm thành phố rất tấp nập người.

바오 집 장 씽, 쭝 떰 타잉 포 젙 떱 넙 응으어이

생일

생일이 언제예요?

Khi nào thì sinh nhật anh?

키 나오 티 씽 녇 아잉?

Sinh nhật anh vào ngày nào?

씽 녇 아잉 바오 응아이 나오?

오늘은 흐엉의 생일이에요.

Hôm nay là sinh nhật của Hương.

홈 나이 라 씽 녇 꾸어 흐엉

우리는 생일이 같은 날이에요.

Chúng ta cùng ngày sinh nhật đấy.
쭝 따 꿍 응아이 씽 녇 더이

오늘이 내 생일인 거 어떻게 알았어요?

Sao anh biết hôm nay là sinh nhật em?
싸오 아잉 비엘 홈 나이 라 씽 녇 앰?

다음 주가 내 생일인 거 알고 있죠?

Anh biết tuần sau là sinh nhật em phải không?
아잉 비엘 뚜언 싸우 라 씽 녇 앰 파이 콩?

네 생일을 완전히 잊고 있었어. 정말 미안해.

Anh quên béng mất sinh nhật của em. Cho anh xin lỗi nhé.
아잉 꾸엔 뱅 멀 씽 녇 꾸어 앰. 쩌 아잉 씬 로이 내

생일 축하해요!

Chúc mừng sinh nhật!
쭉 믕 씽 녇!

이번 생일에 저는 20살이 됩니다.

Vào sinh nhật lần này tôi đã tròn 20 tuổi.

바오 씽 녓 런 나이 또이 다 쩐 하이 므어이 뚜오이

친구들과 함께 흐엉의 생일을 축하하려고 해요.

Em định cùng với các bạn chúc mừng sinh nhật của Hương.

앰 딩 꿍 버이 깍 반 쭉 믕 씽 녓 꾸어 흐엉

흐엉 몰래 생일 파티를 준비했어요.

Em đã giấu Hương chuẩn bị tiệc sinh nhật.

앰 다 저우 흐엉 쭈언 비 띠엑 씽 녓

그는 나에게 생일 선물로 예쁜 신발을 주었어요.

Anh ấy đã tặng tôi một đôi giày rất đẹp làm quà sinh nhật.

아잉 어이 다 땅 또이 몯 도이 자이 젇 댑 람 꾸아 씽 녓

그를 위한 선물을 예쁘게 포장하고 있어요.

Tôi đang gói quà thật đẹp cho
anh ấy.

또이 당 거이 꾸아 텃 댑 쩌 아잉 어이

축하

축하해요.

Xin chúc mừng.

씬 쭉 믕

Chúc mừng.

쭉 믕

결혼 축하해요! 행복하길 바랍니다.

Chúc mừng đám cưới! Chúc các
bạn hạnh phúc.

쭉 믕 담 끄어이! 쭉 깍 반 하잉 푹

정말 잘됐네요.

Thật tốt quá.

텃 똗 꾸아

딸이 태어난 걸 축하해요.

Chúc mừng chị đã sinh con gái.
쭉 믕 찌 다 씽 껀 가이

입사를 축하해요!

Chúc mừng em vào công ty!
쭉 믕 앰 바오 꽁 띠!

성공을 빌어요.

Chúc anh thành công.
쭉 아잉 타잉 꽁

행운을 빌어요.

Chúc anh may mắn.
쭉 아잉 마이 만

주량

술을 어느 정도까지 마실 수 있니?

Em có thể uống được bao nhiêu rượu?

앰 꺼 테 우옹 드억 바오 니에우 지에우?

당신은 술이 센가요?

Tửu lượng của anh có khá không?

뜨우 르엉 꾸어 아잉 꺼 카 콩?

전 맥주에는 잘 안 취해요.

Tôi không dễ say bia.

또이 콩 제 싸이 비어

주량이 점점 늘고 있어요.

Tửu lượng của tôi ngày càng tăng.

뜨우 르엉 꾸어 또이 응아이 깡 땅

전 술이 약해요.

Tôi uống rượu rất kém.
또이 우옹 지에우 껀 깸

전 술을 못 마셔요.

Tôi không uống được rượu.
또이 콩 우옹 드억 지에우

술을 조금만 마셔도 얼굴이 빨개져요.

Tôi uống rượu một chút cũng bị
đỏ mặt.
또이 우옹 지에우 몯 쭏 꿍 비 더 맏

술에 취함

난 취하지 않았어.

Tôi vẫn chưa say.
또이 번 쯔어 싸이

나 완전 취했어.

Tôi say lắm rồi.
또이 싸이 람 조이

술 기운이 도는데.

Tôi thấy rượu bốc lên rồi.
또이 터이 지에우 복 렌 조이

그는 술에 취해 뻗어 버렸어요.

Anh ấy say rồi.
아잉 어이 싸이 조이

그는 곤드레만드레 취했어요.

Anh ấy say không biết gì rồi.
아잉 어이 싸이 콩 비엘 지 조이

술에 취하면 그는 자기가 한 말을 기억하지 못해요.

Khi say rượu, anh ấy không nhớ được lời mình đã nói.
키 싸이 지에우, 아잉 어이 콩 녀 드억 러이 밍 다 너이

도대체 얼마나 마신 거야?

Rút cuộc thì em đã uống bao nhiêu rượu thế?
줃 꾸옥 티 앰 다 우옹 바오 니에우 지에우 테?

212

술에 대한 충고

술은 적당히 마시는게 좋아요.

Nên uống rượu vừa phải.
넨 우옹 지에우 브어 파이

당신에게 독한 술은 좋지 않아요.

Rượu mạnh không tốt cho anh.
지에우 마잉 콩 똔 쩌 아잉

취하도록 마시지 마.

Đừng uống đến say.
등 우옹 덴 싸이

화가 날 때 술을 마시지 말아라.

Đừng uống rượu khi tức giận.
등 우옹 지에우 키 뜩 전

술 마시고 운전하는 건 정말 위험해.

Uống rượu rồi lái xe là rất nguy
hiểm.
우옹 지에우 조이 라이 쌔 라 젇 응우이 히엠

비싼 술이 꼭 좋은 건 아니에요.

Rượu đắt chưa chắc là rượu ngon.
지에우 닫 쯔어 짝 라 지에우 응언

술을 마시는 건 좋지만 정도의 문제지.

Uống rượu cũng tốt thôi nhưng uống bao nhiêu mới là vấn đề.
우옹 지에우 꿍 똗 토이 니응 우옹 바오 니에우 머이 라 번 데

술에 대한 기호

한국인은 소주를 무척 즐겨 마십니다.

Người Hàn Quốc rất thích uống rượu Soju.
응으어이 한 꾸옥 젇 틱 우옹 지에우 쏘주

소주보다는 맥주가 마시기에 부드럽다.

Bia uống nhẹ hơn rượu Soju.
비어 우옹 내 헌 지에우 쏘주

\# 전 맥주를 그다지 좋아하지 않아요.

Tôi không thích uống bia lắm.

또이 콩 틱 우옹 비어 람

\# 저희 아버지는 매일 저녁 식사에 술을 드세요.

Bố tôi luôn uống rượu vào mỗi bữa tối.

보 또이 루온 우옹 지에우 바오 모이 브어 또이

\# 쓴 맥주는 마시고 싶지 않아.

Tôi không muốn uống bia đắng.

또이 콩 무온 우옹 비어 당

\# 레드와인과 화이트와인 어느 쪽을 좋아하세요?

Anh thích vang đỏ hay vang trắng?

아잉 틱 방 더 하이 방 짱?

술 마신 다음 날

그는 오늘 아침 숙취로 고생했어요.

Sáng nay tôi đã rất mệt mỏi vì trận say từ hôm qua.

쌍 나이 또이 다 젇 멛 머이 브이 쩐 싸이 뜨 홈 꾸아

어제 있었던 일 기억나요?

Anh có nhớ chuyện gì đã xảy ra hôm qua không?

아잉 꺼 녀 쭈이엔 지 다 싸이 자 홈 꾸아 콩?

어제 제가 실수한 일 있나요?

Hôm qua tôi có làm gì sai không?

홈 꾸아 또이 꺼 람 지 싸이 콩?

빨리 술 깨는 방법 알아요?

Anh có biết cách làm cho nhanh tỉnh rượu không?

아잉 꺼 비엗 까익 람 쩌 냐잉 띵 지에우 콩?

술을 많이 마셔서 토할 것 같아요.

Tôi có vẻ sắp nôn vì uống nhiều
rượu quá.

또이 꺼 배 쌉 논 브이 우옹 니에우 지에우 꾸아

바나나는 해장하는 데 좋은 과일이에요.

Chuối là trái cây rất tốt để giải
rượu.

쭈오이 라 짜이 꺼이 젓 똗 데 자이 지에우

금주

나 이제 술 끊을 거야.

Từ giờ tôi sẽ bỏ rượu.

뜨 저 또이 쌔 버 지에우

전 당분간 술은 못 마셔요.

Tôi không được phép uống rượu
trong thời gian tới.

또이 콩 드억 팝 우옹 지에우 쩡 터이 잔 떠이

217

의사가 당분간 술을 마시지 말라고 했어요.

Bác sỹ nói tôi không được uống rượu trong một thời gian.

박 씨 너이 또이 콩 드억 우옹 지에우 쯩 몯 터이 잔

오늘 차 가져와서 술을 못 마셔요.

Hôm nay tôi lái xe đến nên không uống rượu được.

홈 나이 또이 라이 쌔 덴 넨 콩 우옹 지에우 드억

저는 종교적인 이유로 술을 마시지 않습니다.

Tôi không uống rượu vì lý do tôn giáo.

또이 콩 우옹 지에우 브이 리 저 똔 자오

술 마시고 싶은 것을 겨우 참았어요.

Tôi đã phải rất kiềm chế cơn thèm rượu.

또이 다 파이 젇 끼엠 쩨 껀 탬 지에우

술 기타

이 근처에 분위기 좋은 술집을 알아요.

Tôi biết một quán rượu rất hay gần đây.

또이 비엗 몯 꾸안 지에우 젇 하이 건 더이

왜 술을 이렇게 많이 마셔?

Tại sao em lại uống rượu nhiều như thế?

따이 싸오 앰 라이 우옹 지에우 니에우 니으 테?

빈 속에 술을 마시지 마세요.

Đừng uống rượu khi bụng trống.

등 우옹 지에우 키 붕 쫑

그건 술김에 한 소리였어요.

Đó chỉ là lời nói lúc say rượu thôi.

더 찌 라 러이 너이 룩 싸이 지에우 토이

베트남에서는 건배할 때 '1, 2, 3, 짠'이라고 외쳐요.

Ở Việt Nam, khi cụng ly người ta hô lớn '1, 2, 3, Zô'.

어 비엗 남 키 꿍 리 응으어이 따 호 런 '몯, 하이, 바, 조'

안주를 좀 더 시키자.

Chúng ta gọi thêm đồ nhắm đi.

쭝 따 거이 템 도 냠 디

흡연

여기에서 담배 피워도 될까요?

Tôi có thể hút thuốc lá ở đây không?

또이 꺼 테 훋 투옥 라 어 더이 콩?

담배를 피우려면 나가서 피우세요.

Nếu anh định hút thuốc lá thì xin mời đi ra ngoài để hút thuốc.

네우 아잉 딩 훋 투옥 라 티 씬 머이 디 자 응오아이 데 훋 투옥

흡연 구역은 주차장 옆에 있어요.

Khu vực hút thuốc nằm cạnh bãi đỗ xe.

쿠 븍 훋 투옥 남 까잉 바이 도 쌔

그는 지독한 골초예요.

Anh ấy là người nghiện thuốc nặng.

아잉 어이 라 응으어이 응이엔 투옥 낭

전 담배를 그다지 많이 피우지는 않아요.

Tôi không hút thuốc nhiều lắm.
또이 콩 훋 투옥 니에우 람

그는 습관적으로 담배를 피워요.

Anh ấy hút thuốc như một thói quen.
아잉 어이 훋 투옥 니으 몯 터이 꾸앤

담배

담뱃불 좀 빌릴 수 있을까요?

Tôi có thể mượn bật lửa một chút được không?
또이 꺼 테 므언 벋 르어 몯 쭏 드억 콩?

담배는 어디에서 살 수 있나요?

Tôi có thể mua thuốc lá ở đâu ạ?
또이 꺼 테 무어 투옥 라 어 더우 아?

담배는 건강에 해로워요.

Thuốc lá có hại cho sức khỏe.
투옥 라 꺼 하이 쩌 쓱 코애

담배꽁초를 함부로 버리지 마세요.

Xin đừng vứt tàn thuốc bừa bãi.
씬 등 븓 딴 투옥 브어 바이

전 담배 냄새가 정말 싫어요.

Tôi rất ghét mùi thuốc lá.
또이 젙 갣 무이 투옥 라

담배 좀 꺼 주시겠어요?

Anh có thể dập thuốc lá được không?
아잉 꺼 테 접 투옥 라 드억 콩?

그는 진짜 담배 말고 전자 담배를 피워요.

Anh ấy không hút thuốc lá thật mà hút thuốc lá điện tử.
아잉 어이 콩 훋 투옥 라 턷 마 훋 투옥 라 디엔 쯔

금연

이곳은 흡연 금지 구역입니다.

Đây là khu vực cấm hút thuốc.

더이 라 쿠 븍 껌 훝 투옥

요즘은 금연 구역이 많이 늘었어요.

Dạo này các khu vực cấm hút thuốc tăng lên nhiều.

자오 나이 깍 쿠 븍 껌 훝 투옥 땅 렌 니에우

금연 구역

Khu vực cấm hút thuốc lá

쿠 븍 껌 훝 투옥 라

담배를 끊는 게 쉽지는 않죠.

Không dễ dàng để bỏ thuốc lá.

콩 제 장 데 버 투옥 라

그는 건강 때문에 담배를 끊어야 해요.

Anh ấy phải cai thuốc lá vì sức khỏe.

아잉 어이 파이 까이 투옥 라 브이 쓱 코애

새해에는 담배를 끊기로 결심했어.

Tôi đã quyết tâm bỏ thuốc lá
trong năm mới.

또이 다 꾸이엔 떰 버 투옥 라 쩡 남 머이

그는 금연에 성공했어.

Anh ấy đã cai thuốc thành công.

아잉 어이 다 까이 투옥 타잉 꽁

전 하루 1개피로 줄였어요.

Tôi đã giảm xuống 1 điếu một
ngày.

또이 다 잠 쑤옹 몯 디에우 몯 응아이

끊으려고 노력은 하는데, 잘 안 되네요.

Tôi đã cố gắng để bỏ thuốc
nhưng không được.

또이 다 꼬 강 데 버 투옥 니응 콩 드억

담배를 끊었더니 금단 현상이 왔어요.

Tôi cảm thấy thèm thuốc lá khi
cai.

또이 깜 터이 탬 투옥 라 키 까이

담배는 일단 습관이 되면 끊기 어려워요.

Khi hút thuốc đã trở thành thói quen thì rất khó bỏ.

키 훝 투옥 다 쩌 타잉 터이 꾸앤 티 젇 커 버

난 그가 담배를 끊은 줄 알았더니 다시 피우던데!

Tôi cứ tưởng anh ấy đã bỏ thuốc nhưng anh ấy lại hút lại rồi!

또이 끄 뜨엉 아잉 어이 다 버 투옥 니응 아잉 어이 라이 훝 라이 조이!

취미 묻기

\# 취미가 뭐예요?

Sở thích của anh là gì?
써 틱 꾸어 아잉 라 지?

\# 시간 있을 때 뭘 하세요?

Khi có thời gian anh thường làm gì?
키 꺼 터이 잔 아잉 트엉 람 지?

\# 주말엔 주로 뭘 하세요?

Cuối tuần anh thường làm gì?
꾸오이 뚜언 아잉 트엉 람 지?

\# 기분 전환할 때 뭘 하니?

Anh làm gì để thay đổi tâm trạng?
아잉 람 지 데 타이 도이 떰 짱?

어떤 것에 흥미를 갖고 있니?

Anh cảm thấy hứng thú với việc gì?

아잉 깜 터이 흥 투 버이 비엑 지?

특별히 좋아하는 활동이 있나요?

Anh cảm thấy đặc biệt thích hoạt động nào?

아잉 깜 터이 닥 비엣 틱 호앋 동 나오?

취미 대답하기

저는 취미가 다양해요.

Sở thích của tôi rất đa dạng.

써 틱 꾸어 또이 젇 다 장

저는 특별한 취미는 없어요.

Tôi không có sở thích gì đặc biệt.

또이 콩 꺼 써 틱 지 닥 비엣

우리는 취미에 공통점이 많네요.

Chúng tôi có nhiều điểm chung về sở thích.

쭝 또이 꺼 니에우 디엠 쭝 베 써 틱

저는 별난 취미를 가졌어요.

Tôi có sở thích rất đặc biệt.

또이 꺼 써 틱 젇 닥 비엗

저는 뭐든 꾸준히 하질 못해요.

Tôi không thể làm bất cứ việc gì đều đặn.

또이 콩 테 람 벋 끄 비엑 지 데우 단

딱히 취미랄 게 없어요.

Tôi không có gì đáng gọi là sở thích.

또이 콩 꺼 지 당 거이 라 써 틱

사진

사진 촬영은 제 취미 중 하나예요.

Chụp ảnh là một trong những sở thích của tôi.

쭙 아잉 라 몯 쩡 니응 써 틱 꾸어 또이

자동 카메라보다 수동 카메라 사용을 좋아합니다.

Tôi thích sử dụng máy ảnh cơ hơn là máy ảnh tự động.

또이 틱 쓰 중 마이 아잉 꺼 헌 라 마이 아잉 뜨 동

저는 풍경 사진 찍는 것을 좋아해요.

Tôi thích chụp ảnh phong cảnh.

또이 틱 쭙 아잉 펑 까잉

어떤 종류의 카메라를 갖고 있나요?

Máy ảnh mà anh đang có là loại gì?

마이 아잉 마 아잉 당 꺼 라 로아이 지?

제가 사진 찍어 드릴까요?

Tôi chụp ảnh cho anh nhé?

또이 쭙 아잉 쩌 아잉 내?

저는 일출 사진을 꼭 찍어 보고 싶어요.

Tôi rất muốn chụp ảnh mặt trời mọc.

또이 젇 무온 쭙 아잉 맏 쩌이 먹

스포츠

어떤 스포츠를 좋아하세요?

Anh thích môn thể thao nào?

아잉 틱 몬 테 타오 나오?

스포츠라면 어떤 종류든 좋아해요.

Đã là thể thao thì môn nào tôi cũng thích.

다 라 테 타오 티 몬 나오 또이 꿍 틱

저는 운동엔 자신이 없어요.

Tôi không tự tin với các môn vận động.

또이 콩 뜨 띤 버이 깍 몬 번 동

스포츠는 하는 것보다 보는 것을 좋아하죠.

Tôi thích xem hơn là chơi thể thao.

또이 틱 쌤 헌 라 쩌이 테 타오

저는 집에서 TV로 스포츠 보는 것을 좋아해요.

Tôi thích xem thể thao bằng TV tại nhà.

또이 틱 쌤 테 타오 방 띠 브이 따이 냐

매일 운동해야 기분이 풀려요.

Phải tập thể dục hàng ngày thì tâm trạng mới thoải mái.

파이 떱 테 죽 항 응아이 티 떰 짱 머이 토아이 마이

계절 스포츠

정기적으로 수영을 다니고 있어요.

Tôi đang đi bơi định kỳ.

또이 당 디 버이 딩 끼

평영이 제 특기예요.

Bơi ếch là sở trường của tôi.

버이 에익 라 써 쯔엉 꾸어 또이

함께 스케이트 타러 갈래요?

Anh có muốn đi trượt băng với tôi không?

아잉 꺼 무온 디 쯔얻 방 버이 또이 콩?

겨울엔 스키를 타러 가요.

Tôi đi trượt tuyết vào mùa đông.

또이 디 쯔얻 뚜이엗 바오 무어 동

그는 계절마다 즐겨 하는 스포츠가 있어요.

Anh ấy có môn thể thao yêu thích vào mỗi mùa.

아잉 어이 꺼 몬 테 타오 이에우 틱 바오 모이 무어

구기 종목

그녀는 요즘 테니스에 푹 빠졌어요.

Dạo này cô ấy rất say mê tennis.
자오 나이 꼬 어이 젇 싸이 메 땐 닏

그는 야구 경기 보는 것뿐만 아니라 하는 것도 좋아해요.

Anh ấy không chỉ thích xem thi đấu bóng chày mà còn thích chơi nữa.
아잉 어이 콩 찌 틱 쌤 티 더우 벙 짜이 마 껀 틱 쩌이 느어

그는 매일 오후에 농구 경기를 해요.

Mỗi chiều anh ấy đều thi đấu bóng rổ.
모이 찌에우 아잉 어이 데우 티 더우 벙 조

어느 축구팀을 좋아하세요?

Anh thích đội bóng đá nào?
아잉 틱 도이 벙 다 나오?

베트남에서 축구의 인기는 대단해요.

Ở Việt Nam, bóng đá rất được yêu chuộng.

어 비엩 남, 벙 다 젇 드억 이에우 쭈옹

경기는 무승부로 끝났어요.

Trận đấu đã kết thúc với kết quả hòa.

쩐 더우 다 껟 툭 버이 껟 꾸아 호아

음악 감상

음악을 듣는 걸 좋아해요.

Tôi rất thích nghe nhạc.

또이 젇 틱 응애 냑

어떤 음악을 좋아하세요?

Anh thích loại nhạc nào?

아잉 틱 로아이 냑 나오

좋아하는 가수는 누구인가요?

Anh thích ca sỹ nào?
아잉 틱 까 씨 나오?

모든 종류의 음악을 즐겨 들어요.

Tôi thích nghe tất cả các thể loại nhạc.
또이 틱 응애 떧 까 깍 테 로아이 냑

요즘, K-POP에 빠져있어요.

Dạo này, tôi rất thích nghe K-POP.
자오 나이, 또이 젇 틱 응애 케이 뻽

최근, 클래식 음악을 듣기 시작했어요.

Gần đây, tôi đã bắt đầu nghe nhạc cổ điển.
건 더이, 또이 다 받 더우 응애 냑 꼬 디엔

음악은 제 삶의 활력소예요.

Âm nhạc là nguồn động lực cho cuộc sống của tôi.
엄 냑 라 응우온 동 륵 쩌 꾸옥 쏭 꾸어 또이

악기 연주

악기를 다룰 줄 아세요?

Anh có biết chơi nhạc cụ không?
아잉 꺼 비엔 쩌이 냑 꾸 콩?

피아노를 좀 칠 줄 알아요.

Tôi biết đánh piano một chút.
또이 비엔 다잉 삐아노 몯 쭏

기타는 몇 곡 정도 연주할 수 있어요.

Tôi có thể chơi được một vài bản
ghi-ta.
또이 꺼 테 쩌이 드억 몯 바이 반 기 따

열 살 때부터 바이올린을 켜고 있어요.

Tôi chơi vi-ô-lông từ năm mười
tuổi.
또이 쩌이 브이올롱 뜨 남 므어이 뚜오이

특별히 다룰 줄 아는 악기가 없어요.

Tôi không biết chơi nhạc cụ nào cả.

또이 콩 비엔 쩌이 냑 꾸 나오 까

제게 한 곡 연주해 주실래요?

Anh có thể chơi cho tôi nghe một bài được không?

아잉 꺼 테 쩌이 쩌 또이 응애 몯 바이 드억 콩?

영화 감상

전 영화 보는 걸 좋아해요.

Tôi thích xem phim.

또이 틱 쌤 핌

저는 영화 마니아예요.

Tôi là người nghiện xem phim.

또이 라 응으어이 응이엔 쌤 핌

저는 영화제에 가는 것을 좋아해요.

Tôi rất thích đi đến liên hoan phim.

또이 젇 틱 디 덴 리엔 호안 핌

어떤 종류의 영화를 좋아하세요?

Anh thích xem thể loại phim nào?

아잉 틱 쌤 테 로아이 핌 나오?

저는 공상 과학 영화를 좋아해요.

Tôi thích xem phim khoa học viễn tưởng.

또이 틱 쌤 핌 코아 헉 비엔 뜨엉

공포 영화를 자주 봅니다.

Tôi thường xuyên xem phim kinh dị.

또이 트엉 쑤이엔 쌤 핌 낑 지

최근에 본 로맨스 영화는 지루했어요.

Bộ phim lãng mạn mà tôi xem gần đây rất chán.

보 핌 랑 만 마 또이 쌤 건 더이 젇 짠

저는 외국 영화보다 우리나라 영화를 더 좋아해요.

Tôi thích phim của nước mình hơn phim nước ngoài.

또이 틱 핌 꾸어 느억 밍 헌 핌 느억 응오아이

그 영화를 다섯 번 이상 봤어요.

Tôi đã xem bộ phim đó hơn năm lần.

또이 다 쌤 보 핌 더 헌 남 런

그 영화의 주연은 누구인가요?

Diễn viên chính của bộ phim đó là ai vậy?

지엔 비엔 찡 꾸어 보 핌 더 라 아이 버이?

그녀가 주연한 영화는 모두 봤어요.

Tôi đã xem tất cả các phim cô ấy đóng vai chính.

또이 다 쌤 떳 까 깍 핌 꼬 어이 덩 바이 찡

베트남의 유명한 감독은 누구인가요?

Đạo diễn nổi tiếng của Việt Nam
là ai?

다오 지엔 노이 띠엥 꾸어 비엣 남 라 아이?

영화관 가기

영화 보러 자주 가세요?

Anh có thường xuyên đi xem
phim không?

아잉 꺼 트엉 쑤이엔 디 쌤 핌 콩?

새로 개봉한 영화가 뭐 있나요?

Có phim nào mới được khởi chiếu
không?

꺼 핌 나오 머이 드억 커이 찌에우 콩?

지금 영화관에서 뭐 하나요?

Bây giờ ở rạp đang chiếu phim gì?

버이 저 어 잡 당 찌에우 핌 지?

꼭 보고 싶었던 영화가 개봉했어요.

Bộ phim mà tôi muốn xem đã khởi chiếu rồi.

보 핌 마 또이 무온 쎔 다 커이 찌에우 조이

영화관에 가기보다는 TV로 영화 보는 것을 좋아합니다.

Tôi thích xem phim bằng TV hơn là ra rạp chiếu phim.

또이 틱 쎔 핌 방 띠 브이 헌 라 자 잡 찌에우 핌

오늘 밤에 영화 보러 갈래요?

Đêm nay anh muốn đi xem phim không?

뎀 나이 아잉 무온 디 쎔 핌 콩?

독서

제 취미는 소설 읽기예요.

Sở thích của tôi là đọc tiểu thuyết.

써 틱 꾸어 또이 라 덕 띠에우 투이엔

242

한 달에 몇 권 정도 읽으세요?

Một tháng anh đọc mấy quyển sách?

몬 탕 아잉 덕 머이 꾸이엔 싸익

한 달에 두 권 정도는 읽어요.

Một tháng tôi đọc khoảng hai quyển sách.

몬 탕 또이 덕 코앙 하이 꾸이엔 싸익

한가할 땐 독서로 시간을 보내요.

Khi rảnh rỗi, tôi thường giết thời gian bằng cách đọc sách.

키 자잉 조이, 또이 트엉 지엗 터이 잔 방 까익 덕 싸익

어떤 책을 즐겨 읽으세요?

Anh thích đọc loại sách nào?

아잉 틱 덕 로아이 싸익 나오?

가장 좋아하는 장르는 무엇입니까?

Thể loại mà anh thích nhất là gì?

테 로아이 마 아잉 틱 녇 라 지?

저는 자기 전에 항상 책을 읽어요.

Tôi luôn luôn đọc sách trước khi đi ngủ.

또이 루온 루온 덕 싸익 쯔억 키 디 응우

어릴 때는 동화를 많이 읽었어요.

Tôi đã đọc rất nhiều truyện cổ tích hồi còn nhỏ.

또이 다 덕 젇 니에우 쭈이엔 꼬 띡 호이 껀 녀

저는 시를 제일 좋아해요.

Tôi thích thơ nhất.

또이 틱 터 녇

좋아하는 작가가 있어요?

Có tác giả nào mà anh thích không?

꺼 딱 자 나오 마 아잉 틱 콩?

이 책 재미있어요. 한번 읽어 보세요.

Quyển sách này rất thú vị. Anh thử đọc xem.

꾸이엔 싸익 나이 젇 투 브이. 아잉 트 덕 쌤

244

이 책은 어디서 구할 수 있어요?

Tôi có thể tìm quyển sách này ở đâu?

또이 꺼 테 띰 꾸이엔 싸익 나이 어 더우?

동호회

저는 많은 사람들을 만나는 것을 좋아해요.

Tôi thích việc gặp gỡ nhiều người.

또이 틱 비엑 갑 거 니에우 응으어이

저는 지난 달에 축구 동호회에 가입했어요.

Tôi đã gia nhập câu lạc bộ bóng đá vào tháng trước.

또이 다 자 녑 꺼우 락 보 벙 다 바오 탕 쯔억

동호회는 매주 일요일에 모여요.

Câu lạc bộ họp vào mỗi chủ nhật.

꺼우 락 보 헙 바오 모이 쭈 녓

저는 인터넷을 통해서 동호회에 대한 정보를 얻었어요.

Tôi đã nhận được thông tin về câu lạc bộ qua internet.

또이 다 녇 드억 통 띤 베 꺼우 락 보 꾸아 인 떠 넷

동호회에 가입해서 많은 친구들을 사귀었어요.

Tôi đã kết bạn với nhiều người sau khi gia nhập câu lạc bộ.

또이 다 껟 반 버이 니에우 응으어이 싸우 키 자 녑 꺼우 락 보

취미 기타

그는 뮤지컬 보러 가는 게 취미예요.

Sở thích của anh ấy là đi xem ca kịch.

써 틱 꾸어 아잉 어이 라 디 쌤 까 끽

저희 어머니는 시간이 날 때마다 뜨개질을 하세요.

Mỗi khi có thời gian rảnh là mẹ tôi đan len.

모이 키 꺼 터이 잔 자잉 라 매 또이 단 랜

저는 그림 그리는 걸 좋아해요.

Tôi thích vẽ tranh.

또이 틱 배 짜잉

저는 주말마다 미술 전시회에 가요.

Tôi đi triển lãm mỹ thuật mỗi cuối tuần.

또이 디 찌엔 람 미 투엇 모이 꾸오이 뚜언

다른 취미는 없나요?

Anh còn sở thích nào khác không?

아잉 껀 써 틱 나오 깍 콩?

반려동물

저는 반려동물 키우는 걸 좋아해요.

Tôi rất thích nuôi thú cưng.
또이 젇 틱 누오이 투 끙

지금 키우고 있는 반려동물이 있나요?

Anh có đang nuôi thú cưng nào không?
아잉 꺼 당 누오이 투 끙 나오 콩?

어렸을 때 반려동물을 키워 봤어요?

Hồi còn nhỏ anh đã từng nuôi thú cưng bao giờ chưa?
호이 껀 녀 아잉 다 뜽 누오이 투 끙 바오 저 쯔어?

어떤 종류의 반려동물을 키우고 싶어요?

Anh muốn nuôi loại thú cưng nào?
아잉 무온 누오이 로아이 투 끙 나오?

지금 개를 키우고 있지만 고양이도 키우고 싶어요.

Bây giờ tôi đang nuôi chó nhưng tôi cũng muốn nuôi mèo nữa.

버이 저 또이 당 누오이 쩌 니응 또이 꿍 무온 누오이 매오 느어

동물을 키우는 건 정서적으로 도움이 돼요.

Nuôi động vật rất tốt cho tâm hồn.

누오이 동 벋 젇 똗 쩌 떰 혼

고양이를 키우고 싶지만 아파트에 살고 있어서 키울 수가 없어요.

Tôi muốn nuôi mèo nhưng vì sống ở chung cư nên không thể nuôi được.

또이 무온 누오이 매오 니응 브이 쏭 어 쭝 끄 넨 콩 테 누오이 드억

개와 함께 집에서 생활하는 게 불편하진 않나요?

Anh không thấy bất tiện khi sống cùng với chó trong nhà à?

아잉 콩 터이 벋 띠엔 키 쏭 꿍 버이 쩌 쩡 냐 아?

249

반려동물을 기르는 것은 아이들에게 책임감을 일깨워 줍니다.

Nuôi thú cưng giúp tạo tinh thần trách nhiệm cho trẻ em.

누오이 투 끙 줍 따오 띵 턴 짜익 니엠 쩌 째 앰

여기는 반려동물 데려와도 되나요?

Ở đây có cho phép mang thú cưng vào không?

어 더이 꺼 쩌 팹 망 투 끙 바오 콩?

죄송해요. 반려동물은 출입 금지입니다.

Xin lỗi. Ở đây cấm thú cưng ra vào.

씬 로이. 어 더이 껌 투 끙 자 바오

반려동물-개

매일 저녁, 저는 개와 함께 산책을 해요.

Mỗi buổi tối, tôi đều đi dạo cùng chó.

모이 부오이 또이, 또이 데우 디 자오 꿍 쩌

개와 산책하는 건 즐거워요.

Đi dạo cùng với chó rất vui.

디 자오 꿍 버이 쩌 젇 부이

우리 강아지는 한 살이에요.

Chú cún của chúng tôi được một tuổi rồi.

쭈 꾼 꾸어 쭝 또이 드억 몯 뚜오이 조이

이 강아지 이름은 뭐예요?

Tên của chú cún này là gì?

뗀 꾸어 쭈 꾼 나이 라 지?

그는 강아지 이름을 루이라고 지었어요.

Anh ấy đặt tên cho cún là Lui.

아잉 어이 닫 뗀 쩌 꾼 라 루이

우리 개가 어젯밤에 새끼를 낳았어요.

Chú chó của chúng tôi đã sinh con vào đêm qua.

쭈 쩌 꾸어 쭝 또이 다 씽 껀 바오 뎀 꾸아

이제 강아지에게 먹이를 줄 시간이에요.

Bây giờ là lúc cho cún ăn.
버이 저 라 룩 쩌 꾼 안

강아지가 밥 먹을 땐 만지지 마세요.

Đừng sờ vào người chó khi chúng đang ăn.
등 써 바오 응으어이 쩌 키 쭝 당 안

우리 개는 온순해요.

Chó của chúng tôi rất hiền.
쩌 꾸어 쭝 또이 젇 히엔

우리 강아지는 낯선 사람에게 달려들어요.

Chó của chúng tôi rất quấn người lạ.
쩌 꾸어 쭝 또이 젇 꾸언 응으어이 라

휴가 동안 제 강아지를 돌봐 줄 사람이 필요해요.

Trong kỳ nghỉ, tôi cần người trông chó giúp.
쩡 끼 응이, 또이 껀 응으어이 쫑 쩌 줍

그의 개는 아무데서나 대소변을 봐요.

Chó của anh ấy đi vệ sinh ở mọi nơi.

쩌 꾸어 아잉 어이 디 베 씽 어 머이 너이

이 강아지는 잘 길들여져 있어요.

Chú cún này được huấn luyện rất tốt.

쭈 꾼 나이 드억 후언 루이엔 젇 똗

반려동물-고양이

고양이는 매력적인 동물이에요.

Mèo là động vật rất đáng yêu.

매오 라 동 벋 젇 당 이에우

우리 집 고양이는 굉장히 도도하다.

Chú mèo của nhà chúng tôi rất chảnh.

쭈 매오 꾸어 냐 쭝 또이 젇 짜잉

그의 고양이는 사나워요.

Con mèo của anh ấy rất dữ.

껀 매오 꾸어 아잉 어이 젇 즈

고양이가 발톱으로 날 할퀴었다.

Con mèo đã cào tôi bằng móng vuốt.

껀 매오 다 까오 또이 방 멍 부옫

새끼 고양이가 슬리퍼를 물어 뜯었어요.

Mèo con đã cắn đôi dép lê.

매오 껀 다 깐 도이 잽 레

고양이들은 상자 속에 들어가는 걸 좋아해요.

Mèo rất thích chui vào trong hộp.

매오 젇 틱 쭈이 바오 쩡 홉

고양이를 키울 땐, 모래 상자가 꼭 필요해요.

Khi nuôi mèo, nhất định phải có thùng đựng cát.

키 누오이 매오, 녇 딩 파이 꺼 퉁 등 깓

254

반려동물-기타

독특한 반려동물을 키워 봤나요?

Anh đã bao giờ nuôi một con vật đặc biệt nào chưa?

아잉 다 바오 저 누오이 몯 껀 벋 닥 비엩 나오 쯔어?

그는 특이한 동물들을 키워요.

Anh ấy nuôi những con vật rất đặc biệt.

아잉 어이 누오이 니응 껀 벋 젇 닥 비엩

제 친구 중 한 명은 뱀을 키워요.

Một trong số những người bạn của tôi nuôi rắn.

몯 쩡 쏘 니응 응으어이 반 꾸어 또이 누오이 잔

저는 거북이를 기르고 있어요.

Tôi đang nuôi rùa.

또이 당 누오이 주어

그의 앵무새는 말을 엄청 잘 따라해요.

Con vẹt của anh ấy nói theo rất giỏi.

껀 뺃 꾸어 아잉 어이 너이 태오 젇 저이

토끼는 무엇을 먹나요?

Thỏ ăn gì nhỉ?

터 안 지 니?

그는 도마뱀과 이구아나를 위해 큰 사육장을 마련했어요.

Anh ấy đã chuẩn bị một trang trại lớn để nuôi thằn lằn và kỳ nhông.

아잉 어이 다 쭈언 비 몯 짱 짜이 런 데 누오이 탄 란 바 끼 농

내 햄스터는 양배추를 즐겨 먹어요.

Con chuột cảnh của tôi rất thích ăn bắp cải.

껀 쭈옫 까잉 꾸어 또이 젇 틱 안 밥 까이

반려동물로 장수풍뎅이를 키우는 사람도 있어.

Có người nuôi bọ hung làm động
vật cảnh.

꺼 응으어이 누오이 버 훙 람 동 벋 까잉

그녀가 키우는 열대어는 희귀종이에요.

Con cá nhiệt đới mà cô ấy nuôi là
loài cá quý hiếm.

껀 까 니엗 더이 마 꼬 어이 누오이 라 로아이 까
꾸이 히엠

어항 청소하기 어렵지 않아요?

Lau dọn bể cá có khó không?

라우 전 베 까 꺼 커 콩?

식물 가꾸기

\# 우리는 세 개의 화분에 콩을 심었다.

Chúng tôi đã trồng đỗ vào ba chậu cây.

쫑 또이 다 쫑 도 바오 바 쩌우 꺼이

\# 저 화분은 일주일에 한 번 이상 물을 주면 안 돼요.

Không được tưới nước cho chậu cây đó nhiều hơn một lần một tuần.

콩 드억 뜨어이 느억 쩌 쩌우 꺼이 더 니에우 헌 몯
런 몯 뚜언

\# 이 화초는 햇빛을 많이 봐야 해요.

Cây hoa này cần phải được thường xuyên tắm nắng.

꺼이 호아 나이 껀 파이 드억 트엉 쑤이엔 땀 낭

네 화분은 잘 자라는데, 왜 내 것은 시드는 거지?

Tại sao chậu cây của anh thì tươi tốt mà chậu cây của em lại khô héo thế này?

따이 싸오 쩌우 꺼이 꾸어 아잉 티 뜨어이 똗 마 쩌우 꺼이 꾸어 앰 라이 코 해오 테 나이?

화초가 자꾸 시들면 자리를 옮겨 보세요.

Nếu cây hoa liên tục bị héo thì anh thử thay đổi vị trí xem sao.

네우 꺼이 호아 리엔 뚝 비 해오 티 아잉 트 타이 도이 브이 찌 쌤 싸오

가족을 위해 마당에 채소를 기르고 있어요.

Tôi đang trồng rau ở sân để cho gia đình ăn.

또이 당 쫑 자우 어 썬 데 쩌 자 딩 안

화분에 물 주는 걸 깜빡했어요.

Em quên mất không tưới nước cho chậu hoa.

앰 꾸엔 먿 콩 뜨어이 느억 쩌 쩌우 호아

259

저는 꽃 중에 장미를 가장 좋아해요.

Tôi thích hoa hồng nhất trong số các loại hoa.

또이 틱 호아 홍 녇 쩡 쏘 깍 로아이 호아

선인장은 물을 많이 줄 필요가 없어요.

Anh không cần tưới nhiều nước cho cây xương rồng.

아잉 콩 껀 뜨어이 니에우 느억 쩌 꺼이 쓰엉 종

저는 꽃집에 자주 들러요.

Tôi thường xuyên rẽ vào cửa hàng hoa.

또이 트엉 쑤이엔 재 바오 끄어 항 호아

저는 가끔 화분에 영양제를 줘요.

Thỉnh thoảng tôi bón chất dinh dưỡng cho chậu hoa.

팅 토앙 또이 번 쩓 징 즈엉 쩌 쩌우 호아

Chương 4
어디서든 당당하게!

음식점 추천

\# 간단하게 식사하고 싶은데요.

Tôi muốn ăn đơn giản thôi.
또이 무온 안 던 잔 토이

\# 좋은 식당 아세요?

Anh có biết quán ăn nào được không?
아잉 꺼 비엘 꾸안 안 나오 드억 콩?

\# 이 근처에 추천해 줄 만한 음식점이 있나요?

Ở gần đây có quán ăn nào anh có thể giới thiệu cho tôi không?
어 건 더이 꺼 꾸안 안 나오 아잉 꺼 테 저이 티에우 쩌 또이 콩?

\# 이 시간에 문을 연 가게가 있습니까?

Có cửa hàng nào còn mở cửa vào giờ này không ạ?
꺼 끄어 항 나오 껀 머 끄어 바오 저 나이 콩 아?

식당이 많은 거리는 어디인가요?

Phố có nhiều quán ăn nằm ở đâu ạ?

포 꺼 니에우 꾸안 안 남 어 더우 아?

어떤 종류의 음식을 원하시나요?

Anh muốn loại món ăn như thế nào?

아잉 무온 로아이 먼 안 니으 테 나오?

식당 예약

제가 식당을 예약할까요?

Tôi đặt quán ăn nhé?

또이 닫 꾸안 안 내?

4명을 위한 자리 예약 가능할까요?

Tôi có thể đặt chỗ cho 4 người được không?

또이 꺼 테 닫 쪼 쩌 본 응으어이 드억 콩?

오늘 저녁 7시 예약하고 싶은데요.

Tôi muốn đặt chỗ vào 7 giờ tối nay.

또이 무온 닫 쪼 바오 바이 저 또이 나이

창가 쪽 테이블로 예약해 주세요.

Tôi muốn đặt bàn phía cửa sổ.

또이 무온 닫 반 피어 끄어 쏘

예약을 변경하고 싶습니다.

Tôi muốn thay đổi đặt chỗ.

또이 무온 타이 도이 닫 쪼

예약을 취소해 주세요.

Tôi muốn hủy đặt chỗ.

또이 무온 후이 닫 쪼

어떤 이름으로 예약하셨죠?

Anh đặt bàn dưới tên gì ạ?

아잉 닫 반 즈어이 뗀 지 아?

예약 없이 갔을 때

몇 분이신가요?

Anh đi mấy người ạ?
아잉 디 머이 응으어이 아?

두 명 자리 있나요?

Có chỗ dành cho hai người không?
꺼 쪼 자잉 쩌 하이 응으어이 콩?

죄송하지만 지금은 자리가 다 찼습니다.

Xin lỗi nhưng hiện giờ quán đã kín chỗ rồi ạ.
씬 로이 니응 히엔 저 꾸안 다 낀 쪼 조이 아

어느 정도 기다려야 하나요?

Tôi phải đợi khoảng bao lâu?
또이 파이 더이 코앙 바오 러우?

20분 정도 기다리셔야 하는데요. 기다리시겠어요?

Anh phải đợi khoảng 20 phút.
Anh có muốn đợi không?
아잉 파이 더이 코앙 하이 므어이 푿. 아잉 꺼 무온 더이 콩?

지금 주문 가능한가요?

Tôi có thể gọi món bây giờ
không?
또이 꺼 테 거이 먼 버이 저 콩?

메뉴 보기

메뉴판 좀 주세요.

Đưa dùm tôi quyển menu.
드어 줌 또이 꾸이엔 메 뉴

주문은 잠시 후에 하겠습니다.

Tôi sẽ gọi món sau một lúc nữa.
또이 쌔 거이 먼 싸우 몯 룩 느어

이 식당에서 제일 잘 나가는 메뉴가 뭔가요?

Món được yêu thích nhất ở quán này là gì vậy?

먼 드억 이에우 틱 녇 어 꾸안 나이 라 지 버이?

메뉴 하나만 추천해 주세요.

Hãy giới thiệu cho tôi một món nào đó.

하이 저이 티에우 쩌 또이 몯 먼 나오 더

여기 분짜가 맛있습니다.

Bún chả ở đây rất ngon.

분 짜 어 더이 젇 응언

이 음식에는 어떤 재료가 들어가나요?

Món ăn này được làm bằng nguyên liệu gì?

먼 안 나이 드억 람 방 응우이엔 리에우 지?

주문 결정

주문하시겠어요?

Anh có muốn gọi món không ạ?
아잉 꺼 무온 거이 먼 콩 아?

저 사람이 먹고 있는 건 뭐예요?

Món người kia đang ăn là gì thế?
먼 응으어이 끼어 당 안 라 지 테?

이걸로 주세요.

Hãy cho tôi món này.
하이 쩌 또이 먼 나이

빨리 되는 음식은 무엇인가요?

Có món nào nhanh ra không?
꺼 먼 나오 냐잉 자 콩?

더 필요하신 건 없습니까?

Anh có cần gì nữa không ạ?
아잉 꺼 껀 지 느어 콩 아?

주문을 변경할 수 있을까요?

Tôi có thể đổi món được không?
또이 꺼 테 도이 먼 드억 콩?

주문을 취소하고 싶은데요.

Tôi muốn hủy món đã gọi.
또이 무온 후이 먼 다 거이

주문하기-음식

소고기 쌀국수 두 그릇 주세요.

Cho tôi hai bát phở bò.
쩌 또이 하이 받 퍼 버

면을 조금만 주세요.

Cho tôi ít phở thôi.
쩌 또이 읻 퍼 토이

국물 많이 주세요.

Cho tôi nhiều nước dùng nhé.
쩌 또이 니에우 느억 중 내

숙주는 익혀 주세요.

Nhúng chín giá cho tôi.
늉 찐 자 쩌 또이

쌀국수에서 고수는 빼 주세요.

Đừng bỏ rau mùi vào phở của tôi.
등 버 자우 무이 바오 퍼 꾸어 또이

짜조 한 접시만 주세요.

Cho tôi một đĩa nem thôi.
쩌 또이 몯 디어 냄 토이

스테이크는 어떻게 해 드릴까요?

Anh muốn bò bít tết nướng như thế nào ạ?
아잉 무온 버 빝 뗃 느엉 니으 테 나오 아?

미디엄으로 해 주세요.

Nướng chín vừa cho tôi.
느엉 찐 브어 쩌 또이

주문하기-음료 & 디저트

음료는 무엇으로 하시겠어요?

Anh muốn gọi đồ uống gì ạ?

아잉 무온 거이 도 우옹 지 아?

차 한 잔 주세요.

Cho tôi một cốc trà.

쩌 또이 몯 꼭 짜

물 한 잔 주세요.

Cho tôi một cốc nước.

쩌 또이 몯 꼭 느억

망고 스무디 한 잔 주세요.

Cho tôi một ly sinh tố xoài.

쩌 또이 몯 리 씽 또 쏘아이

어떤 맥주 드시겠어요?

Anh muốn uống loại bia nào?

아잉 무온 우옹 로아이 비어 나오?

디저트를 주문하시겠어요?

Anh muốn gọi đồ tráng miệng không ạ?

아잉 무온 거이 도 짱 미엥 콩 아?

저는 아이스크림으로 할게요.

Cho tôi kem.

쩌 또이 깸

요청 사항

소금 좀 가져다주시겠어요?

Mang cho tôi một chút muối được không?

망 쩌 또이 몯 쭏 무오이 드억 콩?

느억맘 좀 더 주세요.

Cho tôi thêm một chút nước mắm.

쩌 또이 템 몯 쭏 느억 맘

젓가락 좀 바꿔 주시겠어요?

Đổi đũa cho tôi được không?
도이 두어 쩌 또이 드억 콩?

음식이 너무 짜지 않게 해 주세요.

Đừng làm quá mặn cho tôi.
등 람 꾸아 만 쩌 또이

남은 음식은 포장 가능한가요?

Tôi có thể gói đồ ăn thừa mang về được không?
또이 꺼 테 거이 도 안 트어 망 베 드억 콩?

물 좀 더 주시겠어요?

Cho tôi thêm một chút nước.
쩌 또이 템 몯 쭏 느억

접시 좀 치워 주세요.

Dọn bớt đĩa cho tôi.
전 벋 디어 쩌 또이

테이블 좀 닦아 주세요.

Lau bàn dùm tôi với.
라우 반 줌 또이 버이

불만 사항

저기요, 주문한 음식은 언제 나오죠?

Xin lỗi, món tôi gọi bao giờ mới lên?

씬 로이, 먼 또이 거이 바오 저 머이 렌?

주문한 지 벌써 40분이 지났는데요.

Tôi đã gọi món được 40 phút rồi đấy.

또이 다 거이 먼 드억 본 므어이 풋 조이 더이

이건 제가 주문한 음식이 아니에요.

Đây không phải là món mà tôi đã gọi.

더이 콩 파이 라 먼 마 또이 다 거이

고기가 덜 익었어요.

Thịt chưa chín hẳn.

띧 쯔어 찐 한

이건 상한 것 같은데요.

Món này thiu rồi thì phải.
먼 나이 티우 조이 티 파이

볶음밥이 너무 짜서 먹을 수가 없어요.

Cơm rang mặn đến nỗi không thể ăn nổi.
껌 장 만 덴 노이 콩 테 안 노이

컵이 더러운데요. 다른 것 갖다주세요.

Cốc bẩn quá. Mang cho tôi cái khác nhé.
꼭 번 구아. 망 쩌 또이 까이 각 냬

맛에 대한 평가

정말 맛있었어요!

Ngon thật đấy!
응언 털 더이!

음식이 제 입맛에 딱 맞아요.

Món ăn rất hợp khẩu vị của tôi.
먼 안 젇 헙 커우 브이 꾸어 또이

이 음식은 너무 느끼해요.

Món này ngấy quá.
먼 나이 응어이 꾸아

이건 아무 맛도 안 나요.

Món này chả có vị gì cả.
먼 나이 짜 꺼 브이 지 까

저에게 이 디저트는 너무 달아요.

Món tráng miệng này quá ngọt
với tôi.
먼 짱 미엥 나이 꾸아 응얻 버이 또이

이 음식은 너무 맛없어요.

Món này quá chán.
먼 나이 꾸아 짠

이건 향이 너무 이상해요.

Món này có mùi lạ quá.
먼 나이 꺼 무이 라 꾸아

278

계산

계산해 주세요.

Tính tiền cho tôi.
띵 띠엔 쩌 또이

영수증 주세요.

Cho tôi hóa đơn.
쩌 또이 호아 던

카드 결제 가능한가요?

Tôi có thể thanh toán bằng thẻ
được không?
또이 꺼 테 타잉 또안 방 태 드억 콩?

전부 합쳐서 얼마예요?

Tổng cộng hết bao nhiêu ạ?
똥 꽁 헫 바오 니에우 아?

전부 합쳐 25만 동입니다.

Tổng cộng hết 250 ngàn ạ.
똥 꽁 헫 하이 짬 남 므어이 응안 아

혹시 잔돈 있어요?

Anh có tiền lẻ không?
아잉 꺼 띠엔 래 콩?

오늘 저녁 식사는 제가 살게요.

Tôi sẽ trả tiền bữa tối nay.
또이 쌔 짜 띠엔 브어 또이 나이

패스트푸드점에서

다음 분 주문하세요.

Xin mời quý khách tiếp theo.
씬 머이 꾸이 카익 띠엡 태오

치즈버거와 콜라 하나 주세요.

Cho tôi hamburger pho mát và một cô ca.
쩌 또이 함 버 거 퍼 맏 바 몯 꼬 끼

치즈버거세트 하나 주세요.

Cho tôi một set hamburger pho mát.

쩌 또이 몯 쌛 함 버 거 퍼 맏

여기서 드시나요 가져가시나요?

Quý khách muốn mang đi hay ăn ở đây?

꾸이 카익 무온 망 디 하이 안 어 더이?

가져갈게요.

Tôi muốn mang đi.

또이 무온 망 디

감자튀김은 라지 사이즈로 주세요.

Cho tôi khoai tây chiên cỡ lớn.

쩌 또이 코아이 떠이 찌엔 꺼 런

콜라 리필할 수 있나요?

Cô ca có được lấy thêm không?

꼬 까 꺼 드억 러이 템 콩?

\# 커피 한잔할래요?

Anh có muốn uống một tách cà
phê không?

아잉 꺼 무온 우옹 몯 따익 까 페 콩?

\# 커피 좋아하세요?

Anh có thích cà phê không?

아잉 꺼 틱 까 페 콩?

\# 이 근처에 괜찮은 카페가 있어요.

Có một quán cà phê rất được ở
gần đây.

꺼 몯 꾸안 까 페 전 드억 어 건 더이

\# 커피 한잔하면서 얘기합시다.

Chúng ta vừa uống cà phê vừa
nói chuyện đi.

쭝 따 브어 우옹 까 페 브어 너이 쭈이엔 디

커피 한 잔에 얼마예요?

Bao nhiêu tiền một tách cà phê?

바오 니에우 띠엔 몯 따익 까 페?

베트남은 과일 주스 종류가 다양해요.

Việt Nam có rất nhiều loại nước ép trái cây.

비엩 남 꺼 젇 니에우 로아이 느억 앱 짜이 꺼이

저는 커피를 마시면 잠이 잘 안 와요.

Tôi không ngủ được khi uống cà phê.

또이 콩 응우 드억 키 우옹 까 페

저는 따뜻한 블랙커피 마실게요.

Tôi sẽ uống cà phê đen nóng.

또이 쌔 우옹 까 페 댄 넝

아이스 연유 커피 두 잔 주세요.

Cho tôi hai cốc cà phê sữa đá.

쩌 또이 하이 꼭 까 페 쓰어 다

아이스 연유 커피는 너무 달아요.

Cà phê sữa đá quá ngọt.
까 페 쓰어 다 꾸아 응얻

커피에 설탕은 조금만 넣어 주세요.

Cho ít đường vào cà phê thôi nhé.
쩌 읻 드엉 바오 까 페 토이 내

저는 과일 주스를 마실게요.

Tôi sẽ uống nước ép trái cây.
또이 쌔 우옹 느억 앱 짜이 꺼이

저는 버블티를 마실게요.

Tôi sẽ uống trà trân châu.
또이 쌔 우옹 짜 쩐 쩌우

치즈 케이크 한 조각 주세요.

Cho tôi một lát bánh phô mai.
쩌 또이 몯 랃 바잉 포 마이

기타 식당 관련

오늘은 치킨 시켜 먹자!

Hôm nay chúng ta gọi gà ăn đi!
홈 나이 쭝 따 거이 가 안 디!

배달되는 데 얼마나 걸릴까요?

Gọi mang đến nhà mất bao lâu ạ?
거이 망 덴 냐 멀 바오 러우 아?

맛있는 초밥으로 유명한 식당을 알아요.

Tôi biết một quán sushi rất ngon.
또이 비엘 몯 꾸안 쑤 씨 젇 응언

저는 식성이 까다로워서 식당에 자주 가지 않아요.

Tôi rất kén ăn nên không hay đi
ăn ngoài.
또이 젇 깬 안 넨 콩 하이 디 안 응오아이

저기 새로운 식당이 생겼는데 가 볼까?

Ở kia có quán ăn mới mở. Chúng
ta ăn thử nhé?
어 끼어 꺼 꾸안 안 머이 머. 쭝 따 안 트 내?

좋아! 오늘 저녁엔 그 식당에 가 보자!

Được thôi! Tối nay đi ăn ở quán đó đi!

드억 토이! 또이 나이 디 안 어 꾸안 더 디!

쇼핑하기

\# 쇼핑하러 갈래요?

Em muốn đi mua sắm không?
앰 무온 디 무어 쌈 콩?

\# 쇼핑하러 가자! 그러면 기분이 좋아질 거야.

Đi mua sắm đi! Như thế sẽ làm tâm trạng vui hơn đấy.
디 무어 쌈 디! 니으 테 쌔 람 떰 짱 부이 헌 더이

\# 난 어제 또 충동구매를 했어요.

Hôm qua tôi lại mua sắm quá tay rồi.
홈 꾸아 또이 라이 무어 쌈 꾸아 따이 조이

\# 나는 쇼핑 중독이야.

Tôi là người nghiện mua sắm.
또이 라 응으어이 응이엔 무어 쌈

저는 백화점에서 쇼핑하는 걸 좋아해요.

Tôi thích mua sắm trong trung tâm thương mại.

또이 틱 무어 쌈 쪙 쭝 떰 트엉 마이

저는 보통 인터넷으로 옷을 사요.

Tôi thường mua quần áo trên mạng.

또이 트엉 무어 꾸언 아오 쩬 망

쇼핑몰

쇼핑몰에 가면 다양한 물건을 살 수 있어요.

Có thể mua được nhiều đồ ở trung tâm mua sắm.

꺼 테 무어 드억 니에우 도 어 쭝 떰 무어 쌈

난 완전히 지쳤다고! 벌써 세 시간째 돌아다니고 있잖아.

Anh phát điên mất! Em đã đi ngắm suốt ba tiếng rồi còn gì.

아잉 팟 디엔 멏! 앰 다 디 응암 쑤옫 바 띠엥 조이 껀 지

시간이 남아서 쇼핑몰 구경 좀 하려고 해요.

Tôi định đi ngắm đồ trong trung tâm mua sắm vì vẫn còn thời gian.

또이 딩 디 응암 도 쩡 쭝 떰 무어 쌈 브이 번 껀 터이 잔

지방 도시에 쇼핑몰이 많이 생겨났어요.

Nhiều trung tâm mua sắm đã mọc lên ở các thành phố tỉnh lẻ.

니에우 쭝 떰 무어 쌈 다 먹 렌 어 깍 타잉 포 띵 래

저는 친구들과 함께 쇼핑몰을 돌아다니는 것을 좋아해요.

Tôi thích đi ngắm trong trung tâm mua sắm cùng các bạn.

또이 틱 디 응암 쩡 쭝 떰 무어 쌈 꿍 깍 반

옷 가게

\# 찾으시는 물건이 있나요?

Anh muốn mua gì ạ?
아잉 무온 무어 지 아?

\# 그냥 좀 둘러보는 중이에요.

Tôi chỉ muốn ngắm đồ một chút thôi.
또이 찌 무온 응암 도 몯 쭏 토이

\# 지금 유행하는 옷 스타일은 어떤 건가요?

Phong cách nào đang là mốt hiện nay?
펑 까익 나오 당 라 몯 히엔 나이?

\# 좀 입어 봐도 될까요?

Tôi có thể mặc thử được không?
또이 꺼 테 막 트 드억 콩?

\# 입어 보세요.

Chị mặc thử đi.
찌 막 트 디

탈의실은 어디인가요?

Phòng thay đồ ở đâu ạ?
펑 타이 도 어 더우 아?

이거 M 사이즈 좀 찾아 주시겠어요?

Tìm cho tôi cỡ M được không?
띰 쩌 또이 꺼 머 드억 콩?

사이즈가 어떻게 되십니까?

Chị mặc cỡ gì ạ?
찌 막 꺼 지 아?

이 사이즈는 저한테 안 맞아요. 한 사이즈 큰 걸로 주세요.

Tôi không mặc vừa cỡ này.
Cho tôi chiếc lớn hơn một size.
또이 콩 막 브어 꺼 나이. 쩌 또이 찌엑 런 헌 몯 싸이

파란색보다는 빨간색이 더 잘 어울려요.

Màu đỏ hợp hơn là màu xanh.
마우 더 헙 헌 라 마우 싸잉

이 블라우스 다른 색상은 없나요?

Chiếc áo sơ mi nữ này không có màu khác à?

찌엑 아오 써 미 느 나이 콩 꺼 마우 칵 아?

가격에 비해 정말 좋은 원피스예요.

Đây là chiếc đầm khá đẹp so với giá tiền đấy ạ.

더이 라 찌엑 덤 카 댑 써 버이 자 띠엔 더이 아

이것과 같은 디자인에 다른 색깔 원피스는 없나요?

Không có chiếc đầm nào cùng kiểu nhưng khác màu ạ?

콩 꺼 찌엑 덤 나오 꿍 끼에우 니응 칵 마우 아?

신발 가게

저는 보통 운동화를 신어요.

Tôi thường đi giày thể thao.

또이 트엉 디 자이 테 타오

292

이 신발은 너무 작아요.

Đôi giày này chật quá.
도이 자이 나이 쩝 꾸아

신발을 신어 보고 고르세요.

Chị đi thử giày đi ạ.
찌 디 트 자이 디 아

구두는 가죽의 품질이 중요해요.

Đã là giày da thì chất lượng da là rất quan trọng.
다 라 자이 자 티 쩟 르엉 자 라 젓 꾸안 쩡

이 슬리퍼는 색깔이 몇 가지인가요?

Đôi dép lê này có mấy màu ạ?
도이 잽 레 나이 꺼 머이 마우 아?

이 신발은 튼튼한가요?

Đôi dép này có chắc chắn không ạ?
도이 잽 나이 꺼 짝 짠 콩 아?

신발이 다 낡아서 새로 사려고 해요.

Tôi định mua một đôi giày mới vì
giày của tôi đã cũ rồi.
또이 딩 무어 몯 도이 자이 머이 브이 자이 꾸어
또이 다 꾸 조이

액세서리 가게

이 손목시계 좀 보여 주세요.

Cho tôi xem chiếc đồng hồ đeo
tay này.
쩌 또이 쌤 찌엑 동 호 대오 따이 나이

시계 한번 차 봐도 돼요?

Tôi có thể đeo thử đồng hồ được
không?
또이 꺼 테 대오 트 동 호 드억 콩?

이 팔찌 너무 예뻐요!

Chiếc vòng tay này đẹp quá!
찌엑 벙 따이 나이 댑 꾸아!

한 사이즈 큰 반지 있어요?

Có chiếc nhẫn lớn hơn một size không?

꺼 찌엑 년 런 헌 몯 싸이 콩?

귀걸이는 착용해 볼 수 없습니다.

Quý khách không thể đeo thử khuyên tai ạ.

꾸이 카익 콩 테 대오 트 쿠이엔 따이 아

그 목걸이는 지금 세일 중이에요.

Chiếc dây chuyền này đang giảm giá đấy ạ.

찌엑 저이 쭈이엔 나이 당 잠 자 더이 아

저는 화려한 액세서리를 좋아해요.

Tôi thích trang sức sặc sỡ.

또이 틱 짱 쓱 싹 써

화장품 가게

립스틱을 새로 살 때가 되었어요.

Đã đến lúc tôi phải mua thỏi son mới rồi.

다 덴 룩 또이 파이 무어 터이 썬 머이 조이

이번에 새로 나온 립스틱을 사려고 해요.

Tôi định mua thỏi son mới ra lần này.

또이 딩 무어 터이 썬 머이 자 런 나이

제 피부에 어울리는 색깔을 골라 주세요.

Chọn cho tôi màu hợp với màu da của tôi với.

쩐 쩌 또이 마우 헙 버이 마우 자 꾸어 또이 버이

파운데이션은 어디에 있죠?

Kem nền ở đâu ạ?

깸 넨 어 더우 아?

이 제품 사용해 봐도 되나요?

Tôi có thể dùng thử sản phẩm này được không?

또이 꺼 테 중 트 싼 펌 나이 드억 콩?

지금 이 제품은 품절이에요.

Sản phẩm này bây giờ đang hết hàng.

싼 펌 나이 버이 저 당 헫 항

구입 결정

좋아요. 이걸로 살게요.

Được đấy. Tôi sẽ mua cái này.

드억 더이. 또이 쌔 무어 까이 나이

가격이 적당하네요. 이걸로 할게요.

Giá cả cũng phải chăng đấy. Tôi sẽ lấy cái này.

자 까 꿍 파이 짱 더이. 또이 쌔 러이 까이 나이

297

이 제품으로 3개 주세요.

Cho tôi mua sản phẩm này 3 cái.
쩌 또이 무어 싼 펌 나이 바 까이

좀 더 생각해 보고 결정할게요.

Tôi sẽ suy nghĩ thêm một chút nữa rồi mới quyết định.
또이 쌔 쑤이 응이 템 몯 쭏 느어 조이 머이 꾸이엔 딩

여기는 제 마음에 드는 게 없어요.

Ở đây chẳng có món đồ nào tôi ưng ý cả.
어 더이 짱 꺼 먼 도 나오 또이 응 이 까

다른 가게와 비교해 보고 결정해야겠어요.

Tôi phải so sánh với cửa hàng khác rồi mới quyết định mới được.
또이 파이 써 싸잉 버이 끄어 항 칵 조이 머이 꾸이엔 딩 머이 드억

시장

\# 오늘 여기 시장이 열렸어요.

Hôm nay chợ họp ở đây.
홈 나이 쩌 헙 어 더이

\# 오늘 시장은 사람들이 북적북적해요.

Chợ hôm nay đông người quá.
쩌 홈 나이 동 응으어이 꾸아

\# 저는 시장 구경 가는 걸 좋아해요.

Tôi thích đi ngắm chợ.
또이 틱 디 응암 쩌

\# 시장에는 구경거리가 많아요.

Có rất nhiều thứ để ngắm ở chợ.
꺼 젇 니에우 트 데 응암 어 쩌

\# 이건 처음 보는 과일이에요.

Đây là loại quả lần đầu tiên tôi thấy.
더이 라 로아이 꾸아 런 더우 띠엔 또이 터이

망고스틴 1kg에 얼마인가요?

Bao nhiêu tiền 1 cân măng cụt ạ?

바오 니에우 띠엔 몯 껀 망 꾿 아?

이 채소의 이름은 뭔가요?

Tên của loại rau này là gì vậy?

뗀 꾸어 로아이 자우 나이 라 지 버이?

시장에서 파는 과일이 더 신선해 보여요.

Hoa quả bán ở chợ này trông tươi hơn.

호아 꾸아 반 어 쩌 나이 쫑 뜨어이 헌

시장에서 파는 물건이 항상 싼 건 아니에요.

Đồ bán ở chợ không phải lúc nào cũng rẻ.

도 반 어 쩌 콩 파이 룩 나오 꿍 재

조금만 깎아 주세요.

Bớt cho tôi một chút.

벋 쩌 또이 몯 쭏

시장에서는 가격을 깎을 수 있어요.

Có thể bớt giá một chút ở chợ.
꺼 테 벗 자 몯 쭏 어 쩌

파는 사람들이 가끔 가격을 높게 불러요.

Những người bán hàng thỉnh thoảng vẫn nói thách.
니응 응으어이 반 항 팅 토앙 번 너이 타익

시장에서 바가지를 쓰고 이 물건을 샀어요.

Tôi đã bị mua hớ món đồ này ở chợ.
또이 다 비 무어 허 먼 도 나이 어 쩌

대형 마트 & 슈퍼마켓

전자 제품 매장은 어디인가요?

Khu bán đồ điện tử ở đâu ạ?
쿠 반 도 디엔 뜨 어 더우 아?

식료품 매장은 2층에 있어요.

Khu bán đồ thực phẩm ở tầng 2.

쿠 반 도 특 펌 어 떵 하이

낱개 판매도 하나요?

Có bán lẻ không ạ?

꺼 반 래 콩 아?

죄송합니다. 지금은 재고가 없습니다.

Xin lỗi. Hiện giờ không còn hàng trong kho ạ.

씬 로이. 히엔 저 콩 껀 항 쩡 커 아

죄송하지만, 그 제품은 취급하지 않습니다.

Xin lỗi nhưng chúng tôi không bán sản phẩm đó.

씬 로이 니응 쭝 또이 콩 반 싼 펌 더

영업시간이 어떻게 되나요?

Giờ mở cửa là mấy giờ ạ?

저 머 끄어 라 머이 저 아?

일요일에는 문을 안 엽니다.

Chúng tôi không mở cửa vào chủ nhật.

쭝 또이 콩 머 끄어 바오 쭈 녇

샴푸가 어디 있는지 모르겠어요.

Tôi không biết dầu gội bán ở đâu.

또이 콩 비엗 저우 고이 반 어 더우

물 한 박스 좀 가져와 줘.

Lấy cho em một thùng nước lại đây.

러이 쩌 앰 몯 퉁 느억 라이 더이

계산대는 어디 있어요?

Quầy thanh toán ở đâu?

꾸어이 타잉 또안 어 더우?

비닐 봉투 드릴까요?

Quý khách cần túi ni lông không ạ?

꾸이 카익 껀 뚜이 니 롱 콩 아?

비닐 봉투 주세요.

Cho tôi túi ni lông.
쩨 또이 뚜이 니 롱

영수증에 서명해 주세요.

Xin mời ký vào hóa đơn.
씬 머이 끼 바오 호아 던

혹시 집까지 배달이 가능한가요?

Có thể chuyển đồ về tận nhà không ạ?
꺼 테 쭈이엔 도 베 떤 냐 콩 아?

세일 기간

지금 백화점 세일 기간이야!

Bây giờ đang là thời gian giảm giá ở trung tâm thương mại!
버이 저 당 라 터이 잔 잠 자 어 쭝 떰 트엉 마이!

세일은 언제까지인가요?

Giảm giá đến bao giờ ạ?
잠 자 덴 바오 저 아?

세일은 일주일 동안 계속됩니다.

Giảm giá trong suốt một tuần ạ.
잠 자 쩡 쑤옫 몯 뚜언 아

세일은 어제 끝났습니다.

Đã hết giảm giá vào hôm qua rồi ạ.
다 헫 잠 자 바오 홈 꾸아 조이 아

저는 세일을 기다리고 있어요.

Tôi đang chờ giảm giá.
또이 당 쩌 잠 자

저는 주로 세일 기간에 필요한 물건을 사요.

Tôi chủ yếu mua đồ cần thiết vào thời gian giảm giá.
또이 쭈 이에우 무어 도 껀 티엗 바오 터이 잔 잠 자

305

세일

이 티셔츠는 세일 중인가요?

Chiếc áo phông này đang được giảm giá ạ?

찌엑 아오 퐁 나이 당 드억 잠 자 아?

어떤 품목을 세일하고 있나요?

Những sản phẩm nào đang được giảm giá?

니응 싼 펌 나오 당 드억 잠 자?

이 제품은 세일 품목에 포함되지 않아요.

Sản phẩm này không thuộc danh mục được giảm giá.

싼 펌 나이 콩 투옥 자잉 묵 드억 잠 자

전 제품 20% 할인하고 있습니다.

Hiện nay đang giảm giá 20% cho tất cả mọi sản phẩm.

히엔 나이 당 잠 자 하이 므어이 펀 짬 쩌 떳 까 머이 싼 펌

이 과자는 1+1 행사 중이야.

Loại bánh này đang được mua
một tặng một đấy.

로아이 바잉 나이 당 드억 무어 몯 땅 몯 더이

제품에 따라서 할인율이 달라요.

Tỷ lệ giảm giá khác nhau tùy
theo sản phẩm.

띠 레 잠 자 칵 냐우 뚜이 태오 싼 펌

그 옷 가게 엄청 세일 중인데, 지금 사면 반값이야.

Cửa hàng quần áo này đang giảm
giá. Nếu mua bây giờ sẽ rẻ được
một nửa.

끄어 항 꾸언 아오 나이 당 잠 자. 네우 무어 버이 저
쌔 재 드억 몯 느어

이 모자는 세일해서 10만 동밖에 안 해요.

Chiếc mũ này được giảm giá nên
chỉ còn 100 ngàn đồng.

찌엑 무 나이 드억 잠 자 넨 찌 껀 몯 짬 응안 동

세일 기간 중에도 좋은 물건을 찾을 수 있어요.

Vẫn có thể tìm được những món đồ tốt vào dịp giảm giá.
번 꺼 테 띰 드억 니응 먼 도 똗 바오 집 잠 자

정가는 40만 동이지만 세일해서 20만 동이에요.

Giá đúng là 400 ngàn đồng nhưng được giảm giá còn 200 ngàn đồng.
자 둥 라 본 짬 응안 동 니응 드억 잠 자 껀 하이 짬 응안 동

세일 상품은 교환이나 환불이 안 됩니다.

Sản phẩm giảm giá không được đổi hoặc trả lại hàng.
싼 펌 잠 자 콩 드억 도이 호악 짜 라이 항

계산하기

전부 얼마인가요?

Tất cả là bao nhiêu?
떧 까 라 바오 니에우?

308

카드로 계산하시겠어요 현금으로 계산하시겠어요?

Quý khách muốn thanh toán bằng thẻ hay tiền mặt ạ?

꾸이 카익 무온 타잉 또안 방 태 하이 띠엔 맏 아?

신용 카드로 결제할게요.

Tôi sẽ thanh toán bằng thẻ tín dụng.

또이 쌔 타잉 또안 방 태 띤 중

현금으로 할게요.

Tôi sẽ trả bằng tiền mặt.

또이 쌔 짜 방 띠엔 맏

영수증 드릴까요?

Tôi đưa anh hóa đơn nhé?

또이 드어 아잉 호아 던 내?

영수증은 버려 주세요.

Bỏ hóa đơn đi dùm tôi.

버 호아 던 디 줌 또이

여기 거스름돈 10만 동입니다.

Đây là 100 ngàn tiền thừa ạ.
더이 라 몯 짬 응안 띠엔 트어 아

할부 구매

일시불로 하시겠어요?

Anh muốn thanh toán một lần chứ ạ?
아잉 무온 타잉 또안 몯 런 쯔 아?

할부로 구입 가능한가요?

Tôi có thể trả góp không?
또이 꺼 테 짜 겁 콩?

몇 개월 할부로 하시겠어요?

Quý khách muốn trả góp trong mấy tháng ạ?
꾸이 카익 무온 짜 겁 쩡 머이 탕 아?

일시불로 계산할게요.

Tôi sẽ thanh toán một lần.

또이 쌔 타잉 또안 몯 런

무이자 할부 가능한가요?

Có thể trả góp không lãi không?

꺼 테 짜 겁 콩 라이 콩?

3개월 할부로 해 주세요.

Cho tôi trả góp trong 3 tháng.

쪄 또이 짜 겁 쩡 바 탕

할부로 하시면 이 제품은 할인이 적용되지 않습니다.

Nếu trả góp thì sản phẩm này không được giảm giá ạ.

네우 짜 겁 티 싼 펌 나이 콩 드억 잠 자 아

환불 & 교환

이거 환불 가능한가요?

Tôi có thể trả lại cái này được không?

또이 꺼 테 짜 라이 까이 나이 드억 콩?

영수증 없이는 환불 불가능합니다.

Quý khách không thể trả lại hàng nếu không có hóa đơn.

꾸이 카익 콩 테 짜 라이 항 네우 콩 꺼 호아 던

환불 가능한 기간은 언제까지인가요?

Thời gian được trả lại hàng là bao giờ ạ?

터이 잔 드억 짜 라이 항 라 바오 저 아?

구입일로부터 일주일 이내 교환 가능합니다.

Quý khách có thể trả lại hàng trong vòng một tuần kể từ ngày mua.

꾸이 카익 꺼 테 짜 라이 항 쩡 벙 몯 뚜언 께 뜨 응아이 무어

사이즈가 안 맞아서 교환하고 싶어요.

Tôi muốn đổi hàng vì không mặc vừa.

또이 무온 도이 항 브이 콩 막 브어

제품이 불량이에요. 교환해 주세요.

Sản phẩm bị lỗi. Đổi cho tôi cái khác.

싼 펌 비 로이. 도이 쩌 또이 까이 칵.

진료 예약 & 접수

\# 진료 받으려고 합니다.

Tôi muốn khám bệnh.
또이 무온 캄 베잉

\# 접수 먼저 하고 기다리세요.

Anh đăng ký và ngồi chờ nhé.
아잉 당 끼 바 응오이 쩌 내

\# 저희 병원은 처음이신가요?

**Đây là lần đầu tiên anh đến bệnh
viện chúng tôi ạ?**
더이 라 런 더우 띠엔 아잉 덴 베잉 비엔 쭝 또이 아?

\# 오늘이 처음입니다.

Hôm nay là lần đầu tiên ạ.
홈 나이 라 런 더우 띠엔 아

\# 건강 검진을 받고 싶은데요.

Tôi muốn khám sức khỏe.
또이 무온 캄 쓱 코애

진료 시간이 얼마나 걸리나요?

Thời gian khám mất bao lâu ạ?

터이 잔 캄 멀 바오 러우 아?

왕진도 가능한가요?

Có thể đến khám tại nhà không ạ?

꺼 테 덴 캄 따이 냐 콩 아?

진찰실

어디가 아프세요?

Anh bị đau ở đâu?

아잉 비 다우 어 더우?

증상이 어떻습니까?

Triệu chứng như thế nào?

찌에우 쯩 니으 테 나오?

증상을 자세히 말해 주세요.

Anh nói rõ các triệu chứng cho tôi nhé.

아잉 너이 저 깍 찌에우 쯩 쩌 또이 내

최근에 뭘 드셨어요?

Gần đây anh đã ăn cái gì?

건 더이 아잉 다 안 까이 지?

언제부터 아프셨어요?

Anh bị đau từ bao giờ?

아잉 비 다우 뜨 바오 저?

전에 병을 앓으신 적이 있나요?

Trước đây anh đã từng bị đau thế này chưa?

쯔억 더이 아잉 다 뜽 비 다우 테 나이 쯔어?

숨을 깊이 들이쉬세요.

Anh hãy hít thật sâu vào.

아잉 하이 힏 턷 써우 바오

입을 크게 벌려 주세요.

Anh hãy há to miệng ra.
아잉 하이 하 떠 미엥 자

외과

발목을 삐었어요.

Tôi bị trẹo cổ chân.
또이 비 째오 꼬 쩐

오토바이 사고로 다리를 다쳤어요.

Tôi bị thương ở chân do tai nạn xe máy.
또이 비 트엉 어 쩐 저 따이 난 쌔 마이

이틀 전부터 무릎이 아파요.

Tôi bị đau đầu gối từ hai ngày trước.
또이 비 다우 더우 고이 뜨 하이 응아이 쯔억

교통사고 후 허리가 계속 아파요.

Tôi liên tục bị đau thắt lưng từ sau tai nạn giao thông.

또이 리엔 뚝 비 다우 탇 릉 뜨 싸우 따이 난 자오 통

등이 아파요.

Tôi bị đau lưng.

또이 비 다우 릉

어깨가 결려요.

Tôi bị nhức ở vai.

또이 비 니윽 어 바이

손목이 부었어요.

Cổ tay tôi bị sưng.

꼬 따이 또이 비 씅

내과-감기

감기에 걸린 것 같아요.

Có vẻ tôi đã bị cảm.

꺼 배 또이 다 비 깜

콧물이 나요.

Tôi bị chảy nước mũi.
또이 비 짜이 느억 무이

코가 막혔어요.

Tôi bị ngạt mũi.
또이 비 응앋 무이

침을 삼킬 때마다 목이 아파요.

Tôi bị đau họng mỗi khi nuốt nước bọt.
또이 비 다우 형 모이 키 누옫 느억 벋

쉬지 않고 기침이 나요.

Tôi bị ho liên tục.
또이 비 허 리엔 뚝

머리가 깨질 듯이 아파요.

Đầu tôi đau như búa bổ.
더우 또이 다우 니으 부어 보

감기로 목이 쉬었어요.

Tôi bị khản giọng do bị cảm.
또이 비 칸 정 저 비 깜

집에서 이 약을 먹고 푹 쉬면 좋아질 거예요.

Anh về nhà uống thuốc này và nghỉ ngơi là sẽ khỏi thôi.

아잉 베 냐 우옹 투옥 나이 바 응이 응어이 라 쌔 커이 토이

내과-열

흐엉은 어젯밤부터 열이 있어요.

Hương bị sốt từ đêm qua.

흐엉 비 쏟 뜨 뎀 꾸아

저는 미열이 있어요.

Tôi còn hơi sốt.

또이 껀 허이 쏟

체온을 재겠습니다.

Tôi sẽ đo nhiệt độ.

또이 쌔 더 니엗 도

체온이 38도예요.

Nhiệt độ là 38 độ.
니엗 도 라 바 브어이 땀 도

열이 내려가도록 냉찜질을 하세요.

Hãy chườm đá để hạ sốt.
하이 쯔엄 다 데 하 쏟

독감이 유행하고 있어요.

Bệnh cúm đang lây lan rộng.
베잉 꿈 당 러이 란 종

해열제를 처방해 드리겠습니다.

Tôi sẽ kê thuốc hạ sốt cho anh.
또이 쌔 께 투옥 하 쏟 쩌 아잉

내과-소화기

배가 아파요.

Tôi bị đau bụng.
또이 비 다우 붕

위장이 쓰려요.

Tôi bị cồn ruột.

또이 비 꼰 주옫

속이 메스꺼워요.

Tôi thấy người khó chịu.

또이 터이 응으어이 커 찌우

배탈이 났어요.

Tôi bị đi ngoài.

또이 비 디 응오아이

토할 것 같아요.

Tôi thấy buồn nôn.

또이 터이 부온 논

식사 후 속이 좋지 않아요.

Tôi thấy người khó chịu sau khi ăn.

또이 터이 응으어이 커 찌우 싸우 키 안

아무것도 못 먹겠어요.

Tôi không thể ăn được gì cả.

또이 콩 테 안 드억 지 까

체한 것 같아요.

Có vẻ tôi bị khó tiêu.

꺼 배 또이 비 커 띠에우

트림이 나요.

Tôi bị ợ hơi.

또이 비 어 허이

위염 증상이 있네요.

Anh có triệu chứng bị viêm dạ
dày.

아잉 꺼 찌에우 쯩 비 비엠 자 자이

자극적인 음식은 먹지 마세요.

Anh đừng ăn các thức ăn gây
kích thích.

아잉 등 안 깍 특 안 거이 끽 틱

설사를 자주 해요.

Tôi thường xuyên bị đi ngoài.

또이 트엉 쑤이엔 비 디 응오아이

어제부터 내내 설사만 했어요.

Tôi bị đi ngoài suốt từ hôm qua.

또이 비 디 응오아이 쑤옫 뜨 홈 꾸아

변비가 있어요.

Tôi bị táo bón.

또이 비 따오 번

치과-치통

이가 몹시 아파요.

Tôi đau răng quá.

또이 다우 장 꾸아

사랑니가 나면서 엄청 아파요.

Tôi bị đau do mọc răng khôn.

또이 비 다우 저 먹 장 콘

씹을 때마다 오른쪽 어금니가 아파요.

Răng hàm bên phải của tôi bị đau mỗi khi nhai.

장 함 벤 파이 꾸어 또이 비 다우 모이 키 냐이

이가 아파서 아무것도 못 먹겠어요.

Tôi bị đau răng nên không thể ăn được gì.

또이 비 다우 장 넨 콩 테 안 드억 지

양치질 할 때 잇몸에서 피가 나고 아파요.

Tôi bị chảy máu và đau ở lợi mỗi khi đánh răng.

또이 비 짜이 마우 바 다우 어 러이 모이 키 다잉 장

잇몸이 시려요.

Tôi bị buốt lợi.

또이 비 부온 러이

이를 뽑아야 할 것 같아요.

Có lẽ anh sẽ phải nhổ răng.

꺼 래 아잉 쌔 파이 뇨 장

치과-충치

충치가 있습니다.

Tôi bị sâu răng.

또이 비 써우 장

아래쪽 어금니에 충치가 생겼어요.

Có lỗ sâu ở răng hàm dưới.

꺼 로 써우 어 장 함 즈어이

찬물을 마실 때마다 이가 시려요.

Răng tôi bị buốt mỗi khi uống
nước lạnh.

장 또이 비 부온 모이 키 우옹 느억 라잉

충치가 엄청 쑤셔요.

Chỗ răng sâu của tôi rất nhức.

쪼 장 써우 꾸어 또이 젇 니윽

충치를 때워야 합니다.

Anh phải hàn răng sâu.

아잉 파이 한 장 써우

신경 치료를 해야 합니다.

Anh phải điều trị thần kinh.

아잉 파이 디에우 찌 턴 낑

충치를 예방하려면 식사 후에 바로 이를 닦으세요.

Anh hãy đánh răng ngay sau khi ăn xong để phòng ngừa sâu răng.

아잉 하이 다잉 장 응아이 싸우 키 안 썽 데 펑
응으어 써우 장

한의원

저는 한의원에 가서 침을 맞았어요.

Tôi đã đi châm cứu ở phòng khám đông y.

또이 다 디 쩜 끄우 어 펑 캄 동 이

침을 맞으면 통증이 가라앉아요.

Cơn đau sẽ giảm xuống khi châm cứu.

껀 다우 쌔 잠 쑤옹 키 쩜 끄우

저는 양약보다는 한약을 선호해요.

Tôi thích uống thuốc đông y hơn thuốc tây y.

또이 틱 우옹 투옥 동 이 헌 투옥 떠이 이

그 한의사는 침술이 뛰어나다.

Vị bác sỹ đông y đó châm cứu rất giỏi.

브이 박 씨 동 이 더 쩜 끄우 젇 저이

저는 아프면 보통 한의원에 가요.

Tôi thường đến phòng khám đông y khi bị ốm.

또이 트엉 덴 펑 캄 동 이 키 비 옴

저는 건강을 위해서 한약을 먹고 있어요.

Tôi đang uống thuốc đông y để chăm sóc sức khỏe.

또이 당 우옹 투옥 동 이 데 짬 썩 쓱 코애

산부인과

생리통이 너무 심해요.

Tôi bị đau bụng kinh.
또이 비 다우 붕 낑

몇 달째 생리를 하지 않았어요.

Tôi đã không có kinh nguyệt được mấy tháng rồi.
또이 다 콩 꺼 낑 응우이엔 드억 머이 탕 조이

입덧인 거 같아요.

Tôi bị nghén thì phải.
또이 비 응앤 티 파이

그녀는 제왕 절개 수술을 해서 아이를 낳았습니다.

Cô ấy đã sinh mổ.
꼬 어이 다 씽 모

흐엉은 얼마 전에 쌍둥이를 낳았어요.

Hương đã sinh đôi cách đây không lâu.
흐엉 다 씽 도이 까익 더이 콩 러우

저는 산부인과에 가서 검진을 받았어요.

Tôi đã đến phòng khám phụ khoa để kiểm tra.

또이 다 뗀 펑 캄 푸 코아 데 끼엠 짜

입원 & 퇴원

입원 수속을 하려고 해요.

Tôi muốn làm thủ tục nhập viện.

또이 무온 람 투 뚝 녑 비엔

입원해야 하나요?

Tôi phải nhập viện sao?

또이 파이 녑 비엔 싸오?

얼마나 입원해야 하나요?

Tôi phải nhập viện trong bao lâu?

또이 파이 녑 비엔 쩡 바오 러우?

입원에도 의료 보험이 적용됩니까?

Bảo hiểm y tế có được áp dụng cả khi nhập viện không?

바오 히엠 이 떼 꺼 드억 압 중 까 키 녑 비엔 콩?

가능하면 1인실로 해 주세요.

Nếu được thì cho tôi phòng 1 người nằm.

네우 드억 티 쩌 또이 펑 몯 응으어이 남

언제 퇴원할 수 있나요?

Khi nào tôi có thể ra viện?

키 나오 또이 꺼 테 자 비엔?

퇴원 절차가 어떻게 되나요?

Thủ tục ra viện như thế nào ạ?

투 뚝 자 비엔 니으 테 나오 아?

수술

그는 위독한 상태입니다.

Anh ấy đang trong tình trạng nguy kịch.

아잉 어이 당 쩡 띵 짱 응우이 끽

당장 수술을 받아야 합니다.

Anh phải được phẫu thuật ngay.

아잉 파이 드억 퍼우 투얻 응아이

수술하기 위해서 가족의 동의가 필요합니다.

Để làm phẫu thuật cần có sự đồng ý của người nhà bệnh nhân.

데 람 퍼우 투얻 껀 꺼 쓰 동 이 꾸어 응으어이 냐 베잉 년

수술 받은 적 있나요?

Anh đã bao giờ bị phẫu thuật chưa?

아잉 다 바오 저 비 퍼우 투얻 쯔어?

맹장 수술을 했어요.

Tôi đã từng bị phẫu thuật ruột thừa.

또이 다 뜽 비 퍼우 투얻 주옫 트어

쉬운 수술이니까 걱정 마세요.

Chỉ là phẫu thuật đơn giản nên anh đừng lo.

찌 라 퍼우 투얻 던 잔 넨 아잉 등 러

병원비 & 의료 보험

진료비는 얼마입니까?

Phí khám bệnh hết bao nhiêu ạ?

피 캄 베잉 헫 바오 니에우 아?

저는 의료 보험에 가입되어 있어요.

Tôi đã mua bảo hiểm y tế.

또이 다 무어 바오 히엠 이 떼

의료 보험이 있나요?

Anh có bảo hiểm y tế không?

아잉 꺼 바오 히엠 이 떼 콩?

모든 비용이 보험 적용되나요?

Tất cả các chi phí có được bảo hiểm không?

떳 까 깍 찌 피 꺼 드억 바오 히엠 콩?

일부 의약품은 보험 적용이 안 됩니다.

Một số thuốc không được bảo hiểm.

몯 쏘 투옥 콩 드억 바오 히엠

진단서를 받고 싶어요.

Tôi muốn lấy giấy chẩn đoán.

또이 무온 러이 저이 쩐 도안

문병

흐엉이 입원한 병실이 어디죠?

Phòng bệnh Hương nằm ở đâu nhỉ?

펑 베잉 흐엉 남 어 더우 니?

저는 친구 문병 가요.

Tôi đến thăm bạn tôi bị ốm.

또이 덴 탐 반 또이 비 옴

몸은 좀 어때?

Anh thấy người thế nào?

아잉 터이 응으어이 테 나오?

몸이 훨씬 나아졌어요.

Người tôi đã khá hơn nhiều rồi.

응으어이 또이 다 카 헌 니에우 조이

빨리 회복되기를 바랍니다.

Mong anh sớm hồi phục.

멍 아잉 썸 호이 푹

건강하십시오.

Anh mạnh khỏe nhé.

아잉 마잉 코애 내

나아지셨다니 다행이네요.

Thật may khi nghe anh nói đã khỏe lại.

털 마이 키 응애 아잉 너이 다 코애 라이

처방전

처방전을 써 드리겠습니다.

Tôi sẽ kê đơn cho anh.

또이 쌔 께 던 쩌 아잉

이틀치 약을 처방해 드리겠습니다.

Tôi sẽ kê thuốc cho anh uống trong hai ngày.

또이 쌔 께 투옥 쩌 아잉 우옹 쪙 하이 응아이

약에 알레르기가 있습니까?

Anh có bị dị ứng thuốc không?

아잉 꺼 비 지 응 투옥 콩?

이 약에 부작용은 없나요?

Thuốc này có tác dụng phụ không?

투옥 나이 꺼 딱 중 푸 콩?

현재 복용하는 약이 있나요?

Anh có đang uống thuốc nào hiện nay không?

아잉 꺼 당 우옹 투옥 나오 히엔 나이 콩?

이 약은 식후에 드셔야 합니다.

Thuốc này phải uống sau khi ăn.

투옥 나이 파이 우옹 싸우 키 안

\# 진통제 있나요?

Anh có thuốc giảm đau không?

아잉 꺼 투옥 잠 다우 콩?

\# 반창고 한 통 주세요.

Cho tôi một hộp băng dán vết thương.

쩌 또이 몯 홉 방 잔 벧 트엉

\# 파스 주세요.

Cho tôi cao dán.

쩌 또이 까오 잔

\# 상처에 바르는 연고가 필요해요.

Tôi cần thuốc mỡ để bôi vết thương.

또이 껀 투옥 머 데 보이 벧 트엉

\# 이 약은 어떻게 복용하면 되나요?

Thuốc này uống như thế nào ạ?

투옥 나이 우옹 니으 테 나오 아?

338

1일 3회 식후에 복용하세요.

Anh hãy uống 1 ngày 3 lần sau bữa ăn nhé.
아잉 하이 우옹 몯 응아이 바 런 싸우 브어 안 내

하루에 몇 알씩 먹어야 하나요?

Một ngày phải uống mấy viên?
몯 응아이 파이 우옹 머이 비엔?

계좌 개설 & 해지

계좌를 개설하고 싶습니다.

Tôi muốn mở tài khoản.
또이 무온 머 따이 코안

적금을 들고 싶어요.

Tôi muốn gửi tiền tiết kiệm.
또이 무온 그이 띠엔 띠엗 끼엠

이율은 어떻게 됩니까?

Lãi suất là bao nhiêu?
라이 쑤얻 라 바오 니에우?

신분증을 보여 주시겠어요?

Anh cho tôi xem chứng minh thư được không?
아잉 쩌 또이 쌤 쫑 밍 트 드억 콩?

체크 카드도 만드시겠어요?

Anh có muốn làm cả thẻ check không?

아잉 꺼 무온 람 까 태 쩩 콩?

은행 계좌를 해지하고 싶습니다.

Tôi muốn đóng tài khoản ngân hàng.

또이 무온 덩 따이 코안 응언 항

입출금

오늘 얼마를 입금하시겠습니까?

Hôm nay anh muốn gửi vào bao nhiêu tiền?

홈 나이 아잉 무온 그이 바오 바오 니에우 띠엔?

계좌에 100만 동 입금해 주세요.

Cho tôi gửi 1 triệu đồng vào tài khoản.

쩌 또이 그이 몯 찌에우 동 바오 따이 코안

제 계좌에서 2백만 동을 찾고 싶어요.

Tôi muốn rút 2 triệu đồng trong tài khoản.

또이 무온 줃 하이 찌에우 동 쩡 따이 코안

출금표를 작성해서 주세요.

Xin anh điền vào phiếu rút tiền.

씬 아잉 디엔 바오 피에우 줃 띠엔

비밀번호를 눌러주세요.

Xin mời anh ấn mật khẩu.

씬 머이 아잉 언 먿 커우

비밀번호를 잘못 입력했어요.

Anh đã nhập sai mật khẩu rồi.

아잉 다 녑 싸이 먿 커우 조이

적금을 깨고 싶어요.

Tôi muốn rút tiền tiết kiệm.

또이 무온 줃 띠엔 띠엔 끼엠

송금

이 계좌로 송금해 주세요.

Tôi muốn chuyển tiền vào tài khoản này.

또이 무온 쭈이엔 띠엔 바오 따이 코안 나이

국내 송금인가요 해외 송금인가요?

Anh muốn chuyển tiền trong nước hay nước ngoài ạ?

아잉 무온 쭈이엔 띠엔 쩡 느억 하이 느억 응오아이 아?

한국으로 송금하고 싶습니다.

Tôi muốn chuyển tiền sang Hàn Quốc.

또이 무온 쭈이엔 띠엔 쌍 한 꾸옥

은행 이체 수수료가 있나요?

Có phí chuyển khoản ngân hàng không?

꺼 피 쭈이엔 코안 응언 항 콩?

송금할 땐 반드시 수취인 이름을 확인하세요.

Anh phải kiểm tra tên người nhận khi chuyển tiền.
아잉 파이 끼엠 짜 뗀 응으어이 년 키 쭈이엔 띠엔

내일 일찍 송금해 드릴게요.

Ngày mai tôi sẽ chuyển tiền sớm.
응아이 마이 또이 쌔 쭈이엔 띠엔 썸

현금 자동 인출기

현금 인출기는 어디에 있나요?

Cây rút tiền ở đâu ạ?
꺼이 줓 띠엔 어 더우 아?

현금 인출기에서 제 카드가 안 빠져요.

Tôi không rút được thẻ ra khỏi cây rút tiền.
또이 콩 줓 드억 태 자 커이 꺼이 줓 띠엔

현금 인출기는 몇 시까지 사용 가능한가요?

Có thể sử dụng cây rút tiền đến mấy giờ ạ?

꺼 테 쓰 중 꺼이 줃 띠엔 덴 머이 저 아?

현금 인출기를 사용할 땐 주위에 소매치기를 조심하세요.

Hãy cẩn thận móc túi ở xung quanh khi sử dụng cây rút tiền.

하이 껀 턴 먹 뚜이 어 쑹 꾸아잉 키 쓰 중 꺼이 줃 띠엔

이 현금 인출기는 고장 난 것 같아요.

Hình như cây rút tiền này bị hỏng rồi.

힝 니으 꺼이 줃 띠엔 나이 비 헝 조이

계좌 잔고가 부족합니다.

Số dư tài khoản bị thiếu.

쏘 즈 따이 코안 비 티에우

신용 카드

신용 카드를 만들고 싶어요.

Tôi muốn làm thẻ tín dụng.
또이 무온 람 태 띤 중

카드가 언제 발급되나요?

Khi nào thì thẻ được cấp ạ?
키 나오 티 태 드억 껍 아?

분실한 카드를 정지시키세요.

Hãy đóng thẻ tín dụng bị mất.
하이 덩 태 띤 중 비 멀

사용 한도액이 어떻게 되나요?

Hạn mức sử dụng thẻ của anh là bao nhiêu ạ?
한 믁 쓰 중 태 꾸어 아잉 라 바오 니에우 아?

카드 한도액을 늘리고 싶어요.

Tôi muốn tăng hạn mức thẻ.
또이 무온 땅 한 믁 태

이번 달 카드값이 너무 많이 나왔어!

Số tiền quẹt thẻ tháng này nhiều quá!
쏘 띠엔 꾸앳 태 탕 나이 니에우 꾸아!

이 가게는 신용 카드를 받지 않아요.

Cửa hàng này không nhận thẻ tín dụng.
끄어 항 나이 콩 년 태 띤 중

환전

환전할 수 있나요?

Tôi có thể đổi tiền được không?
또이 꺼 테 도이 띠엔 드억 콩?

달러를 동으로 바꾸고 싶어요.

Tôi muốn đổi từ đô la sang tiền Việt.
또이 무온 도이 뜨 도 라 쌍 띠엔 비엣

환전소가 어디 있죠?

Tiệm đổi tiền ở đâu ạ?

띠엠 도이 띠엔 어 더우 아?

길 건너편에 환전소가 있습니다.

Có tiệm đổi tiền ở bên kia đường.

꺼 띠엠 도이 띠엔 어 벤 끼어 드엉

은행에서 환전하는 게 더 안전해요.

Đổi tiền ở ngân hàng an toàn hơn.

도이 띠엔 어 응언 항 안 또안 헌

환전 수수료는 얼마인가요?

Phí đổi tiền là bao nhiêu ạ?

피 도이 띠엔 라 바오 니에우 아?

전액 10만 동 지폐로 주세요.

Cho tôi toàn bộ là tờ 100 ngàn đồng.

쩌 또이 또안 보 라 떠 몯 짬 응안 동

환율

오늘 환율이 어떻게 되나요?

Hôm nay tỷ giá là bao nhiêu ạ?
홈 나이 띠 자 라 바오 니에우 아?

원화를 동으로 바꾸는 환율이 어떻게 되나요?

Tỷ giá đổi từ tiền Won sang tiền
Việt là bao nhiêu ạ?
띠 자 도이 뜨 띠엔 원 쌍 띠엔 비엔 라 바오 니에우 아?

오늘 환율은 100동에 5.04원입니다.

Tỷ giá hôm nay là 5,04won được
100 đồng.
띠 자 홈 나이 라 남 퍼이 콩 본 원 드억 몯 짬 동

환율 변동이 심해요.

Tỷ giá biến động nhiều quá.
띠 자 비엔 동 니에우 꾸아

어제보다 환율이 더 떨어졌어요.

Tỷ giá đã hạ hơn so với hôm qua.
띠 자 다 하 헌 써 버이 홈 꾸아

환전하기 전에 환율을 미리 확인할 필요가
있습니다.

Trước khi đổi tiền cần phải kiểm
tra tỷ giá.
쯔억 키 도이 띠엔 껀 파이 끼엠 짜 띠 자

은행 기타

인터넷 뱅킹을 신청하고 싶어요.

Tôi muốn đăng ký internet
banking.
또이 무온 당 끼 인 떠 넽 바잉 낑

인터넷 뱅킹 비밀번호를 잊어버렸어요.

Tôi đã quên mất mật khẩu
internet banking.
또이 다 꾸엔 멀 멀 커우 인 떠 넽 바잉 낑

인터넷 뱅킹을 사용할 경우 수수료가 있나요?

Khi sử dụng internet banking thì có phải trả phí không?

키 쓰 중 인 떠 넽 바잉 낑 티 꺼 파이 짜 피 콩?

수수료가 있긴 하지만 좀 더 싸요.

Có phí nhưng thấp hơn một chút.

꺼 피 니응 텁 헌 몯 쭏

대출을 받으려면 어떤 조건이 필요한가요?

Nếu muốn vay tiền thì phải cần điều kiện gì?

네우 무온 바이 띠엔 티 파이 껀 디에우 끼엔 지?

대출 금리가 얼마인가요?

Lãi suất cho vay là bao nhiêu?

라이 쑤얻 쩌 바이 라 바오 니에우?

편지 발송

편지를 보내고 싶은데요.

Tôi muốn gửi thư.
또이 무온 그이 트

빠른우편으로 보내면 얼마인가요?

Nếu gửi chuyển phát nhanh thì bao nhiêu tiền?
네우 그이 쭈이엔 팥 냐잉 티 바오 니에우 띠엔?

이 편지를 국제 우편으로 보내고 싶어요.

Tôi muốn gửi bức thư này ra nước ngoài.
또이 무온 그이 븍 트 나이 자 느억 응오아이

한국까지 도착하는 데 시간이 얼마나 걸리나요?

Mất bao nhiêu lâu để gửi đến Hàn Quốc?
멑 바오 니에우 러우 데 그이 덴 한 꾸옥?

연휴에는 시간이 더 걸릴 수도 있어요.

Có thể mất nhiều thời gian hơn vào kỳ nghỉ.

꺼 테 먼 니에우 터이 쟌 헌 바오 끼 응이

우표는 얼마인가요?

Tem giá bao nhiêu?

땜 쟈 바오 니에우?

소포 발송

이 소포를 호찌민으로 보내고 싶어요.

Tôi muốn gửi bưu phẩm này đi thành phố Hồ Chí Minh.

또이 무온 그이 브우 펌 나이 디 타잉 포 호 찌 밍

소포용 박스가 있나요?

Anh có hộp gói bưu phẩm không?

아잉 꺼 홉 거이 브우 펌 콩?

소포의 내용물은 무엇인가요?

Bên trong bưu kiện là gì vậy?
벤 쩡 브우 끼엔 라 지 버이?

깨지기 쉬운 물건이 들어 있어요.

Bên trong có đồ dễ vỡ.
벤 쩡 꺼 도 제 버

요금은 착불로 해 주세요.

Anh để cước phí do người nhận trả cho tôi.
아잉 데 끄억 피 저 응으어이 년 짜 쩌 또이

미용실 상담

헤어스타일을 바꾸고 싶어요.

Tôi muốn thay đổi kiểu tóc.
또이 무온 타이 도이 끼에우 떡

어떤 스타일을 원하세요?

Anh muốn kiểu tóc như thế nào?
아잉 무온 끼에우 떡 니으 테 나오?

헤어스타일 책을 보여 드릴까요?

Tôi đưa anh xem quyển các mẫu tóc nhé?
또이 드어 아잉 쌤 꾸이엔 깍 머우 떡 녜?

이 사진 속의 모델처럼 하고 싶어요.

Tôi muốn làm giống người mẫu trong bức ảnh này.
또이 무온 람 종 응으어이 머우 쩡 븍 아잉 나이

어떤 머리 스타일이 제게 어울릴까요?

Kiểu tóc nào hợp với tôi nhỉ?

끼에우 떡 나오 헙 버이 또이 니?

요즘 유행하는 스타일로 해 주세요.

Làm cho tôi kiểu tóc đang thịnh hành gần đây.

람 쩌 또이 끼에우 떡 당 팅 하잉 건 더이

관리하기 편한 머리로 해 주세요.

Làm cho tôi kiểu tóc nào dễ chăm sóc nhé.

람 쩌 또이 끼에우 떡 나오 제 짬 썩 내

커트

머리를 자르고 싶어요.

Tôi muốn cắt tóc.

또이 무온 깓 떡

어떻게 잘라 드릴까요?

Anh muốn cắt thế nào ạ?
아잉 무온 깐 테 나오 아?

어떻게 자르는 게 좋을까요?

Cắt thế nào thì đẹp nhỉ?
깐 테 나오 티 댑 니?

아주 짧게 잘라 주세요.

Cắt thật ngắn cho tôi.
깐 턴 응안 쩌 또이

너무 짧게 자르지 마세요.

Đừng cắt quá ngắn.
등 깐 꾸아 응안

머리끝 약간만 다듬어 주세요.

Cắt bớt đuôi tóc đi cho tôi.
깐 번 두오이 떡 디 쩌 또이

이 정도 길이로 잘라 주세요.

Cắt bằng ngần này cho tôi.
깐 방 응언 나이 쩌 또이

357

어깨에 닿을 정도 길이로 해 주세요.

Cắt chấm vai cho tôi.
깟 쩜 바이 쩌 또이

단발머리를 하고 싶어요.

Tôi muốn cắt tóc ngang vai.
또이 무온 깟 떡 응앙 바이

앞머리를 잘라 주세요.

Tôi muốn cắt tóc mái.
또이 무온 깟 떡 마이

앞머리는 그대로 두세요.

Để nguyên tóc mái cho tôi.
데 응우이엔 떡 마이 쩌 또이

머리숱을 쳐 주세요.

Xén bớt tóc cho tôi.
쌘 벋 떡 쩌 또이

숱을 조금 더 쳐 주세요.

Xén thêm cho tôi.
쌘 템 쩌 또이

머리에 층을 내 주세요.

Tỉa tóc thành tầng cho tôi.
띠어 떡 타잉 떵 쩌 또이

파마

파마하고 싶어요.

Tôi muốn làm tóc xoăn.
또이 무온 람 떡 쏘안

어떤 파마를 원하세요?

Chị muốn làm tóc xoăn như thế nào?
찌 무온 람 떡 쏘안 니으 테 나오?

굵은 웨이브를 넣어 주세요.

Làm cho tôi xoăn lọn to.
람 쩌 또이 쏘안 런 떠

자연스러운 웨이브를 넣어 주세요.

Làm cho tôi xoăn tự nhiên.
람 쩌 또이 쏘안 뜨 니엔

짧은 머리에 어울리는 파마는 뭔가요?

Có kiểu tóc xoăn nào hợp với tóc
ngắn không?

꺼 끼에우 떡 쏘안 나오 헙 버이 떡 응안 콩?

파마가 잘 나왔네요.

Lọn tóc xoăn đẹp quá.

런 떡 쏘안 댑 꾸아

머리를 펴 주세요.

Duỗi tóc cho tôi.

주오이 떡 쩌 또이

염색

머리를 염색해 주세요.

Nhuộm tóc cho tôi.

뉴옴 떡 쩌 또이

뿌리 염색해 주세요.

Chấm chân cho tôi.

쩜 쩐 쩌 또이

어떤 색으로 하시겠어요?

Anh muốn nhuộm màu gì?
아잉 무온 뉴옴 마우 지?

갈색으로 해 주세요.

Nhuộm nâu cho tôi.
뉴옴 너우 쩌 또이

검은색으로 염색하면 더 젊어 보일 거예요.

Nhuộm tóc màu đen trông sẽ trẻ hơn đấy ạ.
뉴옴 떡 마우 댄 쫑 쌔 째 헌 더이 아

탈색하면 머릿결이 많이 상하나요?

Nếu tẩy tóc thì chất tóc có bị hỏng nhiều không?
네우 떠이 떡 티 쩓 떡 꺼 비 헝 니에우 콩?

염색한 후 그 색이 오래 가나요?

Màu đó có giữ được lâu sau khi nhuộm không?
마우 더 꺼 즈 드억 러우 싸우 키 뉴옴 콩?

네일아트

손톱 손질을 받고 싶어요.

Tôi muốn làm móng.
또이 무온 람 멍

손톱을 둥글게 깎아 주세요.

Cắt tròn móng tay cho tôi.
깟 쩐 멍 따이 쩌 또이

손톱에 매니큐어를 지우고 다른 색으로 발라 주세요.

Tẩy sơn móng tay và sơn màu khác cho tôi.
떠이 썬 멍 따이 바 썬 마우 칵 쩌 또이

어떤 색 매니큐어를 발라 드릴까요?

Chị muốn sơn móng màu gì?
찌 무온 썬 멍 마우 지?

반짝거리는 색으로 바르고 싶어요.

Tôi muốn sơn màu nhũ.
또이 무온 썬 마우 뉴

이 색은 마음에 안 들어요.

Tôi không thích màu này.

또이 콩 틱 마우 나이

저는 손톱이 약해요.

Móng tay của tôi rất yếu.

멍 따이 꾸어 또이 젿 이에우

손톱에 장식도 붙일 수 있어요?

Có thể đính đá vào móng tay không?

꺼 테 딩 다 바오 멍 따이 콩?

젤 네일은 얼마예요?

Sơn gel bao nhiêu tiền?

썬 재오 바오 니에우 띠엔?

손톱에 그림도 그려 주세요.

Vẽ móng cho tôi nữa.

배 멍 쩌 또이 느어

이 사진이랑 똑같이 그려 주세요.

Vẽ giống hệt như bức hình này cho tôi.

배 종 헷 니으 븍 힝 나이 쩌 또이

손을 먼저 물에 담그세요.

Trước tiên, chị ngâm tay vào nước đi ạ.

쯔억 띠엔, 찌 응엄 따이 바오 느억 디 아

매니큐어가 마를 때까지 조심하세요.

Chị phải cẩn thận cho đến khi sơn khô hẳn nhé.

찌 파이 껀 턴 쩌 덴 키 썬 코 한 내

발톱 손질도 해 드릴까요?

Chị có muốn làm móng chân nữa không ạ?

찌 꺼 무온 람 멍 쩐 느어 콩 아?

미용실 기타

드라이만 해 주세요.

Sấy tóc cho tôi thôi nhé.
써이 떡 쩌 또이 토이 내

저는 가르마를 왼쪽으로 타요.

Tôi rẽ ngôi trái.
또이 재 응오이 짜이

저는 머리숱이 많아요.

Tóc tôi rất dày.
떡 또이 젇 자이

지난번에 갔던 미용실로 예약했어요.

Tôi đã đặt hẹn ở tiệm cắt tóc đã đến lần trước.
또이 다 닫 핸 어 띠엠 깓 떡 다 덴 런 쯔억

저는 머릿결이 매끄러운 편이에요.

Chất tóc của tôi khá óng mượt.
쩓 떡 꾸어 또이 카 엉 므얻

365

머릿결이 많이 상했네요.

Chất tóc của chị bị hỏng nhiều quá.
쩔 떡 꾸어 찌 비 형 니에우 꾸아

면도해 주세요.

Cạo râu cho tôi.
까오 저우 쩌 또이

세탁물 맡기기

이 옷들은 세탁소에 맡길 거예요.

Tôi sẽ mang những chiếc quần áo này đến tiệm giặt là.

또이 쌔 망 니응 찌엑 꾸언 아오 나이 덴 띠엠 잗 라

이 양복을 세탁소에 맡겨 주시겠어요?

Anh mang bộ com lê này đến tiệm giặt là cho tôi nhé?

아잉 망 보 껌 레 나이 덴 띠엠 잗 라 쩌 또이 내?

이 바지 좀 다려 주시겠어요?

Chị là cái quần này giúp tôi nhé?

찌 라 까이 꾸언 나이 줍 또이 내?

이 코트는 드라이클리닝해야 해요.

Chiếc áo khoác dạ này cần được giặt khô.

찌엑 아오 코악 자 나이 껀 드억 잗 코

367

다음 주 화요일까지 이 와이셔츠를 세탁해 주세요.

Giặt chiếc áo sơ mi này đến thứ ba tuần sau cho tôi.

쟡 찌엑 아오 써 미 나이 덴 트 바 뚜언 싸우 쩌 또이

이건 실크 블라우스예요. 조심해 주세요.

Đây là chiếc sơ mi nữ bằng lụa. Anh cẩn thận nhé.

더이 라 찌엑 써 미 느 방 루어. 아잉 껀 턴 내

세탁물 찾기

세탁물을 찾고 싶은데요.

Tôi muốn lấy đồ giặt.

또이 무온 러이 도 쟡

제 세탁물 다 됐나요?

Đồ giặt của tôi đã xong chưa ạ?

도 쟡 꾸어 또이 다 썽 쯔어 아?

죄송하지만 아직 안 되었어요.

Xin lỗi anh nhưng đồ vẫn chưa giặt xong ạ.
씬 로이 아잉 니응 도 번 쯔어 잔 썽 아

언제 찾아갈 수 있나요?

Bao giờ tôi có thể lấy được?
바오 저 또이 꺼 테 러이 드억?

코트 한 벌 드라이클리닝 비용은 얼마인가요?

Giá giặt khô một chiếc áo khoác dạ là bao nhiêu?
자 잗 코 몯 찌엑 아오 코악 자 라 바오 니에우?

세탁물을 찾을 때 영수증을 보여 주세요.

Khi lấy đồ giặt, anh hãy cho xem hóa đơn nhé.
키 러이 도 잗, 아잉 하이 쩌 쎔 호아 던 내

이불도 세탁 가능한가요?

Có thể giặt chăn được không?
꺼 테 잗 짠 드억 콩?

세탁물 확인

이 셔츠 다림질이 잘 안 된 것 같은데요.

Chiếc sơ mi này là chưa phẳng lắm thì phải.
찌엑 써 미 나이 라 쯔어 팡 람 티 파이

와이셔츠의 소매가 아직도 더러워요.

Cổ tay áo sơ mi vẫn còn bẩn.
꼬 따이 아오 써 미 번 껀 번

이건 제가 맡긴 코트가 아닌데요.

Đây không phải là chiếc áo khoác dạ của tôi.
더이 콩 파이 라 찌엑 아오 코악 자 꾸어 또이

이틀 전에 흐엉이라는 이름으로 코트 두 벌을 맡겼어요.

Hai ngày trước tôi đã mang hai cái áo khoác dạ đến và gửi dưới tên Hương.
하이 응아이 쯔억 또이 다 망 하이 까이 아오 코악 자 덴 바 그이 즈어이 뗀 흐엉

영수증 좀 다시 확인하겠습니다.

Cho tôi xem lại hóa đơn một chút ạ.

쩌 또이 쌤 라이 호아 던 몯 쭏 아

제가 맡긴 세탁물이 다 됐는지 확인하려고 전화했습니다.

Tôi gọi điện thoại để hỏi xem đồ giặt tôi mang đến đã xong chưa.

또이 거이 디엔 토아이 데 허이 쌤 도 잗 또이 망 덴 다 썽 쯔어

얼룩 제거

셔츠에 있는 얼룩 좀 제거해 주세요.

Tẩy vết bẩn ở áo sơ mi giúp tôi nhé.

떠이 벧 번 어 아오 써 미 줍 또이 내

원피스에 커피를 쏟았어요. 얼룩이 지워질까요?

Tôi bị đổ cà phê vào váy. Liệu có giặt sạch được không?

또이 비 도 까 페 바오 바이. 리에우 꺼 잗 싸익 드억 콩?

기름 얼룩인데 지워질까요?

Vết dầu có giặt sạch được không?

벧 저우 꺼 잗 싸익 드억 콩?

이 얼룩은 빨았는데도 지워지지 않아요.

Tôi đã giặt vết bẩn này rồi mà không sạch.

또이 다 잗 벧 번 나이 조이 마 콩 싸익

드라이클리닝을 하면 얼룩이 지워질 거예요.

Nếu giặt khô thì vết bẩn sẽ sạch.

네우 잗 코 티 벧 번 쌔 싸익

오래된 얼룩은 지우기 쉽지 않아요.

Vết bẩn lâu ngày không dễ để giặt sạch.

벧 번 러우 응아이 콩 제 데 잗 싸익

수선

옷 수선도 가능한가요?

Có sửa cả quần áo không ạ?

꺼 쓰어 까 꾸언 아오 콩 아?

이 바지 길이 좀 줄여 주세요.

Cắt ngắn cái quần này đi một
chút cho tôi.

깥 응안 까이 꾸언 나이 디 몯 쭏 쩌 또이

이 치마 허리 좀 줄여 주세요.

Làm chật bụng chiếc váy này một
chút cho tôi.

람 쩓 붕 찌엑 바이 나이 몯 쭏 쩌 또이

가방 지퍼가 고장 났어요. 좀 고쳐 주시겠어요?

Khóa túi của tôi bị hỏng. Sửa
giúp tôi được không?

코아 뚜이 꾸어 또이 비 헝. 쓰어 줍 또이 드억 콩?

소매가 뜯어졌어요. 수선 가능한가요?

Tay áo của tôi bị sờn. Có thể sửa được không?

따이 아오 꾸어 또이 비 썬. 꺼 테 쓰어 드억 콩?

죄송하지만 이것은 수선이 불가능해요.

Xin lỗi nhưng cái này không thể sửa được.

씬 로이 니응 까이 나이 콩 테 쓰어 드억

오토바이 대여

\# 오토바이 렌트 가게는 어디에 있나요?

Cửa hàng cho thuê xe máy ở đâu?

끄어 항 쩌 투에 쌔 마이 어 더우?

\# 이번 주 토요일에 오토바이 한 대 빌리고 싶습니다.

Tôi muốn thuê một chiếc xe máy vào thứ bảy tuần này.

또이 무온 투에 몯 찌엑 쌔 마이 바오 트 바이 뚜언 나이

\# 며칠 동안 빌리실 예정인가요?

Anh định thuê mấy ngày?

아잉 딩 투에 머이 응아이?

\# 5일간 빌리고 싶어요.

Tôi muốn thuê 5 ngày.

또이 무온 투에 남 응아이

375

지금 바로 빌릴 수 있나요?

Bây giờ có thể thuê được luôn không?

버이 저 꺼 테 투에 드억 루온 콩?

요금은 어떻게 됩니까?

Giá thuê thế nào?

자 투에 테 나오?

오토바이 종류에 따라 달라요.

Giá thuê còn tùy thuộc vào loại xe nữa.

자 투에 껀 뚜이 투옥 바오 로아이 쌔 느어

계약금이 있나요?

Có phải đặt cọc không?

꺼 파이 닫 꺽 콩?

어떤 오토바이를 빌리고 싶으세요?

Anh muốn thuê xe như thế nào?

아잉 무온 투에 쌔 니으 테 나오?

저는 신형 오토바이로 빌리고 싶어요.

Tôi muốn thuê chiếc xe máy đời mới.

또이 무온 투에 찌엑 쌔 마이 더이 머이

신분증과 운전 면허증을 보여주세요.

Anh cho tôi xem chứng minh thư và giấy phép lái xe.

아잉 쩌 또이 쌤 쯩 밍 트 바 저이 팹 라이 쌔

오토바이 반납은 어디에서 하면 돼요?

Trả xe ở đâu thì được?

짜 쌔 어 더우 티 드억?

반납일을 지켜 주세요.

Anh nhớ trả xe đúng hạn nhé.

아잉 녀 짜 쌔 둥 한 내

며칠 더 빌리고 싶은데요.

Tôi muốn thuê thêm vài ngày nữa.

또이 무온 투에 템 바이 응아이 느어

주유소

저는 주유소에 들렀어요.

Tôi đã rẽ vào trạm đổ xăng.
또이 다 재 바오 짬 도 쌍

근처에 주유소가 있나요?

Có trạm đổ xăng gần đây không?
꺼 짬 도 쌍 건 더이 콩?

기름이 충분히 있나요?

Xăng có đủ không?
쌍 꺼 두 콩?

오토바이 기름이 다 떨어져 가요.

Xe sắp hết xăng rồi.
쌔 쌉 헫 쌍 조이

아직은 주유할 필요가 없는 것 같아요.

Có vẻ vẫn chưa cần phải đổ xăng.
꺼 배 번 쯔어 껀 파이 도 쌍

리터당 기름값이 얼마죠?

Giá một lít xăng là bao nhiêu?
자 몯 릳 쌍 라 바오 니에우?

요즘 기름값이 올랐어요.

Gần đây xăng đã tăng giá.
건 더이 쌍 다 땅 자

기름 얼마치 넣을 거예요?

Anh muốn đổ bao nhiêu?
아잉 무온 도 바오 니에우?

일반 휘발유로 넣어 주세요.

Đổ xăng thường cho tôi.
도 쌍 트엉 쩌 또이

기름을 가득 채워 주세요.

Đổ đầy bình cho tôi.
도 더이 빙 쩌 또이

10만 동어치 넣어 주세요.

Đổ 100 ngàn cho tôi.
도 몯 짬 응안 쩌 또이

주유기 앞에 오토바이를 세우세요.

Anh đỗ xe trước máy nạp xăng đi.
아잉 도 쌔 쯔억 마이 납 쌍 디

저쪽에서 계산하시면 돼요.

Anh thanh toán tiền ở đằng kia.
아잉 타잉 또안 띠엔 어 당 끼어

세차 & 정비

세차 비용은 얼마인가요?

Giá rửa xe là bao nhiêu?
자 즈어 쌔 라 바오 니에우?

세차를 해야겠어요.

Tôi phải rửa xe mới được.
또이 파이 즈어 쌔 머이 드억

여기에서 가까운 수리점이 어디인가요?

Tiệm sửa xe gần đây ở đâu?
띠엠 쓰어 쌔 건 더이 어 더우?

제 오토바이를 점검해 주세요.

Kiểm tra xe dùm tôi.
끼엠 짜 쌔 줌 또이

타이어가 펑크 났어요.

Lốp xe bị thủng rồi.
롭 쌔 비 퉁 조이

오토바이 타이어가 펑크 나서 끌고 왔어요.

Xe của tôi bị thủng lốp nên tôi dắt đến đây.
쌔 꾸어 또이 비 퉁 롭 넨 또이 잗 덴 더이

오토바이 시동이 안 걸려요.

Xe của tôi không khởi động được.
쌔 꾸어 또이 콩 커이 동 드억

서점

\# 오늘 서점에 가려고 해요.

Tôi định đi hiệu sách hôm nay.
또이 딩 디 히에우 싸익 홈 나이

\# 사고 싶은 책이 한 권 있어요.

Có một cuốn sách tôi muốn mua.
꺼 몯 꾸온 싸익 또이 무온 무어

\# 요즘은 대형 서점이 많이 생겼어요.

Gần đây các hiệu sách lớn đã xuất hiện nhiều.
건 더이 깍 히에우 싸익 런 다 쑤얻 히엔 니에우

\# 저는 책 찾기가 편해서 대형 서점을 좋아해요.

Tôi thích các hiệu sách lớn vì có thể dễ dàng tìm sách.
또이 틱 깍 히에우 싸익 런 브이 꺼 테 제 장 띰 싸익

저는 대형 서점보다 헌책방을 좋아해요.

Tôi thích các hiệu sách cũ hơn là các hiệu sách lớn.

또이 틱 깍 히에우 싸익 꾸 헌 라 깍 히에우 싸익 런

책 찾기

실례지만, 역사 관련 책은 어디에 있나요?

Xin lỗi, sách về lịch sử ở đâu ạ?

씬 로이, 싸익 베 릭 쓰 어 더우 아?

베스트셀러 서적 코너는 어디인가요?

Khu sách bán chạy ở đâu ạ?

쿠 싸익 반 짜이 어 더우 아?

그 책은 예술 코너에 있을 거예요.

Cuốn sách đó nằm ở khu sách nghệ thuật.

꾸온 싸익 더 남 어 쿠 싸익 응에 투얻

원하는 책 제목을 알려 주시겠어요?

Anh cho tôi biết tên cuốn sách anh muốn tìm được không?

아잉 쩌 또이 비엩 뗀 꾸온 싸익 아잉 무온 띰 드억 콩?

그 책 출판사가 어디인지 아세요?

Anh có biết nhà xuất bản của cuốn sách đó là ở đâu không?

아잉 꺼 비엩 냐 쑤얻 반 꾸어 꾸온 싸익 더 라 어 더우 콩?

요즘 가장 인기 있는 소설이 무엇인가요?

Tiểu thuyết được yêu thích nhất gần đây là gì?

띠에우 투이엗 드억 이에우 틱 녇 건 더이 라 지?

좋은 소설 아는 거 있으세요?

Anh có biết cuốn tiểu thuyết nào hay không?

아잉 꺼 비엩 꾸온 띠에우 투이엗 나오 하이 콩?

이 소설은 막 나온 신간입니다.

Cuốn tiểu thuyết này mới vừa ra đấy ạ.

꾸온 띠에우 투이엔 나이 머이 브어 자 더이 아

이 책의 저자가 누구인가요?

Tác giả của cuốn sách đó là ai?

딱 자 꾸어 꾸온 싸익 더 라 아이?

제가 찾는 소설이 어디에 있는지 모르겠어요.

Tôi không biết cuốn tiểu thuyết đang tìm nằm ở đâu.

또이 콩 비엣 꾸온 띠에우 투이엔 당 띰 남 어 더우

응우옌 녓 아잉(Nguyễn Nhật Ánh)의 새 책 있나요?

Có sách mới của Nguyễn Nhật Ánh không?

꺼 싸익 머이 꾸어 응우이엔 녇 아잉 콩?

그 책은 언제 다시 입고되나요?

Bao giờ lại có cuốn sách đó?

바오 저 라이 꺼 꾸온 싸익 더?

이 책의 개정판을 찾고 있어요.

Tôi đang tìm bản chỉnh sửa của cuốn sách này.

또이 당 띰 반 찡 쓰어 꾸어 꾸온 싸익 나이

이 책은 전면 개정된 것입니다.

Cuốn sách này là cuốn được chỉnh sửa toàn bộ ạ.

꾸온 싸익 나이 라 꾸온 드억 찡 쓰어 또안 보 아

책장을 찾아 봤는데 그 책은 없었어요.

Tôi đã tìm trên giá sách nhưng không có cuốn sách đó.

또이 다 띰 쩬 자 싸익 니응 콩 꺼 꾸온 싸익 더

직원이 찾아 드릴 겁니다.

Nhân viên sẽ tìm giúp anh.

년 비엔 쌔 띰 줍 아잉

창고에서 그 책을 갖다드릴게요.

Tôi sẽ tìm cuốn sách đó trong kho giúp anh.

또이 쌔 띰 꾸온 싸익 더 쩡 커 줍 아잉

이 책을 찾으려고 서점을 세 군데 방문했어요.

Tôi đã đến ba hiệu sách để tìm cuốn sách này.

또이 다 덴 바 히에우 싸익 데 띰 꾸온 싸익 나이

도서 구입

베트남은 책이 저렴한 편이에요.

Sách ở Việt Nam thuộc loại rẻ.

싸익 어 비엔 남 투옥 로아이 재

저는 한 달에 다섯 권 이상은 사요.

Tôi mua hơn năm cuốn sách một tháng.

또이 무어 헌 남 꾸온 싸익 몯 탕

마침내 제가 찾던 책을 샀어요.

Cuối cùng tôi đã mua cuốn sách mà mình vẫn tìm kiếm.

꾸오이 꿍 또이 다 무어 꾸온 싸익 마 밍 번 띰 끼엠

어제 산 책은 인쇄가 잘못되었어요.

Cuốn sách tôi mua hôm qua bị in lỗi.

꾸온 싸익 또이 무어 홈 꾸아 비 인 로이

다른 책으로 교환해 드리겠습니다.

Tôi sẽ đổi cho anh cuốn sách khác.

또이 쌔 도이 쩌 아잉 꾸온 싸익 칵

이 책은 원래 10만 동인데 20% 할인 중입니다.

Cuốn sách này vốn là 100 ngàn đồng nhưng đang được giảm giá 20%.

꾸온 싸익 나이 본 라 못 짬 응안 동 니응 당 드억 잠 자 하이 므어이 펀 짬

인터넷 서점

\# 온라인으로 책을 편리하게 구매할 수 있어요.

Có thể mua sách một cách tiện lợi trên mạng.

꺼 테 무어 싸익 몯 까익 띠엔 러이 쩬 망

\# 온라인으로 책을 구입하면 가격을 비교해 볼 수 있어요.

Nếu mua sách trên mạng, ta có thể so sánh được giá sách.

네우 무어 싸익 쩬 망, 따 꺼 테 써 싸잉 드억 자 싸익

\# 인터넷 서점에서 산 책을 아직 받지 못했어요.

Tôi vẫn chưa nhận được cuốn sách mua trên mạng.

또이 번 쯔어 년 드억 꾸온 싸익 무어 쩬 망

\# 그 책은 아직도 배송 중인가요?

Cuốn sách đó vẫn đang trong quá trình vận chuyển à?

꾸온 싸익 더 번 당 쩡 꾸아 찡 번 쭈이엔 아?

저는 온라인으로 주문한 책을 취소했어요.

Tôi đã hủy cuốn sách đặt trên mạng.

또이 다 후이 꾸온 싸익 닫 쩬 망

책 두 권을 주문했어요.

Tôi đã đặt mua hai cuốn sách.

또이 다 닫 무어 하이 꾸온 싸익

도서관

도서관은 30분 후에 문을 닫습니다.

Thư viện sẽ đóng cửa sau 30 phút nữa.

트 비엔 쩨 덩 끄어 싸우 바 므어이 풋 느어

이 도서관에는 책이 많아요.

Ở thư viện này có rất nhiều sách.

어 트 비엔 나이 꺼 젇 니에우 싸익

도서관의 책을 빌렸어요.

Tôi đã mượn sách của thư viện.

또이 다 므언 싸익 꾸어 트 비엔

네가 찾는 책은 도서관에 있어.

Cuốn sách mà em tìm có ở thư viện.

꾸온 싸익 마 앰 띰 꺼 어 트 비엔

391

사서가 책을 정리하는 중이에요.

Thủ thư đang sắp xếp lại sách.
투 트 당 쌉 쎕 라이 싸익

그 책은 2층에 있어요.

Cuốn sách đó ở tầng 2.
꾸온 싸익 더 어 떵 하이

도서 대출

책을 대출하려면 어떻게 해야 되죠?

Nếu muốn mượn sách thì phải làm thế nào?
네우 무온 므언 싸익 티 파이 람 테 나오?

도서관 책을 빌리려면 카드를 만들어야 해요.

Muốn mượn sách của thư viện thì phải làm thẻ.
무온 므언 싸익 꾸어 트 비엔 티 파이 람 태

도서관 카드를 만들고 싶은데요.

Tôi muốn làm thẻ thư viện.

또이 무온 람 테 트 비엔

대출하실 책은 저에게 가져오세요.

Anh mang cuốn sách muốn mượn đến đây cho tôi.

아잉 망 꾸온 싸익 무온 므언 덴 더이 쩌 또이

책을 몇 권까지 대출할 수 있나요?

Có thể mượn đến mấy cuốn sách?

꺼 테 므언 덴 머이 꾸온 싸익?

책은 다섯 권까지 대출할 수 있어요.

Có thể mượn đến năm cuốn sách.

꺼 테 므언 덴 남 꾸온 싸익

저는 이 세 권을 대출하려고요.

Tôi định mượn ba cuốn này.

또이 딩 므언 바 꾸온 나이

도서 반납

책은 언제까지 반납해야 하나요?

Bao giờ thì phải trả sách ạ?
바오 저 티 파이 짜 싸익 아?

반납은 다다음주까지입니다.

Hạn trả sách là đến tuần sau nữa.
한 짜 싸익 라 덴 뚜언 싸우 느어

책을 반납하려고 왔는데요.

Tôi đến để trả sách.
또이 덴 데 짜 싸익

기한이 지난 책을 반납하려고요.

Tôi muốn trả sách quá hạn.
또이 무온 짜 싸익 꾸아 한

그 책은 대출 중입니다. 다음 주 월요일에 반납됩니다.

Cuốn sách đó đang có người mượn. Hạn trả là thứ hai tuần sau.

꾸온 싸익 더 당 꺼 응으어이 므언. 한 짜 라 트 하이 뚜언 싸우

오늘 중으로 책을 반납해 주시면 감사드리겠습니다.

Mong anh vui lòng trả sách trong ngày hôm nay.

멍 아잉 부이 렁 짜 싸익 쩡 응아이 홈 나이

도서 대출 연체 & 연장

빌린 책을 일주일이나 연체했어요.

Tôi đã trả trễ sách đến một tuần.

또이 다 짜 쩨 싸익 덴 몯 뚜언

연체료가 있나요?

Có tiền phạt trả muộn không ạ?
꺼 띠엔 팓 짜 무온 콩 아?

연체료는 1층 대출 창구에서 지불하시면 됩니다.

Anh trả tiền phạt trả muộn ở cửa cho mượn sách tầng 1.
아잉 짜 띠엔 팓 짜 무온 어 끄어 쩌 므언 싸익 떵 몯

책 대출 기한을 연장하고 싶어요.

Tôi muốn gia hạn thời gian mượn sách.
또이 무온 자 한 터이 잔 므언 싸익

대출 기한을 연장할 수 있나요?

Tôi có thể gia hạn thời gian mượn sách được không?
또이 꺼 테 자 한 터이 잔 므언 싸익 드억 콩?

396

연장은 예약자가 없는 경우에만 가능합니다.

Việc gia hạn chỉ có thể được khi không có người hẹn mượn cuốn sách đó.

비엑 자 한 찌 꺼 테 드억 키 콩 꺼 응으어이 핸 므언 꾸온 싸익 더

미술관 & 박물관

이번 주말에 나랑 미술관에 갈래?

Em có muốn đi bảo tàng mỹ thuật với anh vào cuối tuần này không?

앰 꺼 무온 디 바오 땅 미 투얻 버이 아잉 바오 꾸오이 뚜언 나이 콩?

이 미술관에는 볼 만한 작품이 많네요.

Bảo tàng mỹ thuật này có nhiều tác phẩm đáng xem thật.

바오 땅 미 투얻 나이 꺼 니에우 딱 펌 당 쌤 털

박물관 입장권을 사고 싶은데요.

Tôi muốn mua vé vào bảo tàng.

또이 무온 무어 배 바오 바오 땅

그 박물관은 연중무휴 개관한다.

Bảo tàng đó mở cửa quanh năm.

바오 땅 더 머 끄어 꾸아잉 남

박물관이 휴관이라 매우 아쉬워요.

Thật tiếc vì bảo tàng không mở cửa.

텃 띠엑 브이 바오 땅 콩 머 끄어

저는 박물관에서 기념품을 구입했어요.

Tôi đã mua quà lưu niệm trong bảo tàng.

또이 다 무어 꾸아 르우 니엠 쩡 바오 땅

불교

베트남에는, 불교 신자가 많은 편이에요.

Ở Việt Nam, tín đồ Phật giáo khá nhiều.

어 비엘 남, 띤 도 펏 자오 카 니에우

베트남에는 절이 많아요.

Ở Việt Nam có nhiều chùa.

어 비엘 남 꺼 니에우 쭈어

그 절에 가면 마음이 안정되는 것 같아.

Khi đến ngôi chùa đó, tâm hồn tôi dường như trở nên thanh bình.

키 덴 응오이 쭈어 더, 떰 혼 또이 즈엉 니으 쩌 넨 타잉 빙

법당에 가면 스님을 뵐 수 있어요.

Có thể gặp sư thầy nếu đến pháp đường.

꺼 테 갑 쓰 터이 네우 덴 팝 드엉

저희 할머니는 절에 불공을 드리러 가세요.

Bà tôi đi chùa để cúng Phật.
바 또이 디 쭈어 데 꿍 펏

저는 불상 앞에서 절을 했어요.

Tôi đã quỳ lạy trước tượng Phật.
또이 다 꾸이 라이 쯔억 뜨엉 펏

기독교

저는 일요일마다 교회에 갑니다.

Tôi đi nhà thờ vào mỗi chủ nhật.
또이 디 냐 터 바오 모이 쭈 녓

저는 예배에 꼭 참석해요.

Tôi luôn tham dự lễ thờ phụng.
또이 루온 탐 즈 레 터 풍

교회의 분위기는 엄숙해요.

Bầu không khí của nhà thờ thật trang nghiêm.
버우 콩 키 꾸어 냐 터 텃 짱 응이엠

그는 시간이 있을 때 교회에 가서 기도해요.

Anh ấy đến nhà thờ cầu nguyện khi có thời gian.

아잉 어이 덴 냐 터 꺼우 응우이엔 키 꺼 터이 쟌

교회에 가면 목사님의 설교를 들어요.

Nếu đến nhà thờ thì hãy nghe lời thuyết giáo của mục sư.

네우 덴 냐 터 티 하이 응애 러이 투이엔 쟈오 꾸어 묵 쓰

그는 독실한 기독교 신자입니다.

Anh ấy là tín đồ Cơ đốc giáo chân chính.

아잉 어이 라 띤 도 꺼 독 쟈오 쩐 찡

천주교

저는 성당에 가끔 갑니다.

Tôi thỉnh thoảng đến nhà thờ.

또이 팅 토앙 덴 냐 터

그는 가끔 미사에 참석해요.

Anh ấy thỉnh thoảng tham dự lễ Misa.
아잉 어이 팅 토앙 탐 즈 레 미사

저는 어릴 적에 세례를 받았어요.

Tôi đã được rửa tội khi còn nhỏ.
또이 다 드억 즈어 또이 키 껀 녀

저는 세례명이 있어요.

Tôi có tên thánh.
또이 꺼 뗀 타잉

저는 신부님께 고해성사를 했어요.

Tôi đã xưng tội với cha xứ.
또이 다 쓩 또이 버이 짜 쓰

그녀는 수녀가 되었어요.

Cô ấy đã trở thành nữ tu sỹ.
꼬 어이 다 쩌 타잉 느 뚜 씨

402

저는 묵주를 손에 쥐고 기도했어요.

Tôi đã cầm trong tay chuỗi tràng hạt và cầu nguyện.

또이 다 껌 쩡 따이 쭈오이 짱 핟 바 꺼우 응우이엔

종교 기타

어떤 종교를 믿어요?

Anh tin tôn giáo nào?

아잉 띤 똔 자오 나오?

저는 종교가 없어요.

Tôi không có tôn giáo.

또이 콩 꺼 똔 자오

베트남은 종교의 자유를 인정해요.

Việt Nam công nhận tự do tôn giáo.

비엔 남 꽁 년 뜨 저 똔 자오

403

베트남에서는 민간신앙을 많이 믿어요.

Ở Việt Nam, người ta tin nhiều vào tín ngưỡng dân gian.

어 비엘 남, 응으어이 따 띤 니에우 바오 띤 응으엉 전 잔

베트남 사람들은 조상 숭배를 중요하게 생각합니다.

Người Việt Nam rất coi trọng việc thờ cúng tổ tiên.

응으어이 비엘 남 젇 꺼이 쩡 비엑 터 꿍 또 띠엔

까오다이교 사원은 어디에 있어요?

Nhà thờ đạo Cao Đài ở đâu?

냐 터 다오 까오 다이 어 더우?

베트남은 다종교 국가입니다.

Việt Nam là quốc gia có nhiều tôn giáo.

비엘 남 라 꾸옥 자 꺼 니에우 똔 자오

그는 개종하고 싶어해요.

Anh ấy muốn cải đạo.

아잉 어이 무온 까이 다오

그는 독실한 무슬림이에요.

Anh ấy là người theo đạo Hồi
chân chính.
아잉 어이 라 응으어이 태오 다오 호이 쩐 찡

무슬림은 하루에 다섯 번씩 기도를 해요.

Đạo Hồi cầu nguyện năm lần một
ngày.
다오 호이 꺼우 응우이엔 남 런 몯 응아이

시내에 무슬림 사원이 있어요.

Trong trung tâm thành phố có
nhà thờ Hồi giáo.
쩡 쭝 떰 타잉 포 꺼 냐 터 호이 자오

인도인들 중 대부분이 힌두교도입니다.

Đa phần người Ấn Độ theo đạo
Hin đu.
다 펀 응으어이 언 도 태오 다오 힌 두

힌두교는 소를 신성시해요.

Đạo Hin đu thờ con bò.
다오 힌 두 터 껀 버

놀이동산

\# 베트남에서 유명한 놀이동산은 어디인가요?

Công viên vui chơi nổi tiếng ở Việt Nam ở đâu?

꽁 비엔 부이 쩌이 노이 띠엥 어 비엔 남 어 더우?

\# 어릴 때 놀이동산에 자주 갔어요.

Hồi nhỏ tôi thường xuyên đi đến công viên vui chơi.

호이 녀 또이 트엉 쑤이엔 디 덴 꽁 비엔 부이 쩌이

\# 놀이동산 가는 거 좋아하니?

Em thích đi công viên vui chơi không?

앰 틱 디 꽁 비엔 부이 쩌이 콩?

\# 난 놀이 기구 타는 게 무서워.

Em sợ chơi các trò chơi.

앰 써 쩌이 깍 쩌 쩌이

그곳에는 아이들이 좋아할 만한 놀이 기구가 많이 있어요.

Ở đó có nhiều trò chơi mà các em nhỏ rất thích.

어 더 꺼 니에우 쩌 쩌이 마 깍 앰 녀 젇 틱

놀이동산 입장권은 얼마인가요?

Vé vào cửa công viên vui chơi là bao nhiêu?

배 바오 끄어 꽁 비엔 부이 쩌이 라 바오 니에우?

헬스클럽 등록

헬스클럽에 등록했어요?

Anh đã đăng ký trung tâm thể dục thẩm mỹ chưa?

아잉 다 당 끼 쭝 떰 테 죽 텀 미 쯔어?

살을 빼기 위해 헬스클럽에 등록했어요.

Tôi đã đăng ký trung tâm thể dục thẩm mỹ để giảm cân.

또이 다 당 끼 쭝 떰 테 죽 텀 미 데 잠 껀

새로 등록한 헬스클럽은 어때요?

Trung tâm thể dục thẩm mỹ mà anh mới đăng ký thế nào?

쭝 떰 테 죽 텀 미 마 아잉 머이 당 끼 테 나오?

그 헬스클럽은 시설이 좋아요.

Trung tâm thể dục thẩm mỹ đó có cơ sở vật chất rất tốt.

쭝 떰 테 죽 텀 미 더 꺼 꺼 써 번 쩓 전 똔

운동 프로그램으로 무엇이 있나요?

Có những chương trình tập thể dục nào?

꺼 니응 쯔엉 찡 떱 테 죽 나오?

나는 퇴근 후 보통 헬스클럽에 가서 1시간 운동하고 친구들을 만납니다.

Sau giờ làm, em thường đến trung tâm thể dục thẩm mỹ để tập thể dục 1 tiếng rồi đi gặp bạn bè.

싸우 저 람, 앰 트엉 덴 쭝 떰 테 죽 텀 미 데 떱 테 죽 몯 띠엥 조이 디 갑 반 배

헬스클럽 이용

헬스클럽에 얼마나 자주 가세요?

Anh thường đến trung tâm thể dục thẩm mỹ bao lâu một lần?

아잉 트엉 덴 쭝 떰 테 죽 텀 미 바오 러우 몯 런?

여기에서 운동복을 빌릴 수 있나요?

Tôi có thể mượn đồ thể thao ở đây không?

또이 꺼 테 므언 도 테 타오 어 더이 콩?

개인 사물함이 있나요?

Có tủ để đồ cá nhân không?

꺼 뚜 데 도 까 년 콩?

샤워실은 어디인가요?

Phòng tắm ở đâu ạ?

펑 땀 어 더우 아?

이 기구는 어떻게 사용하나요?

Thiết bị này dùng thế nào?

티엗 비 나이 중 테 나오?

409

처음부터 무리해서 운동하시면 안 돼요.

Anh không nên tập nặng ngay từ đầu.

아잉 콩 넨 떱 낭 응아이 뜨 더우

영화관

내일 같이 영화 보러 갈래요?

Ngày mai anh có muốn cùng đi
xem phim không?

응아이 마이 아잉 꺼 무온 꿍 디 쌤 핌 콩?

영화관 앞에서 6시 반에 만나요.

Gặp nhau lúc 6 rưỡi ở trước rạp
chiếu phim nhé.

갑 냐우 룩 싸우 즈어이 어 쯔억 잡 찌에우 핌 내

좋은 좌석을 맡기 위해서 예매를 하려고 해요.

Tôi định đặt vé trước để được
ngồi chỗ tốt.

또이 딩 닫 배 쯔억 데 드억 응오이 쪼 똗

그 영화관은 예술 영화를 주로 상영해요.

Rạp chiếu phim đó chủ yếu chiếu
phim nghệ thuật.

잡 찌에우 핌 더 쭈 이에우 찌에우 핌 응에 투얻

411

어느 영화관으로 갈 거야?

Em sẽ đi rạp chiếu phim nào?

앰 쎄 디 잡 찌에우 핌 나오?

내가 팝콘 살게.

Anh sẽ mua bỏng ngô.

아잉 쎄 무어 벙 응오

영화표

7시 영화표 두 장 주세요.

Cho tôi hai vé xem phim lúc 7 giờ.

쩌 또이 하이 배 쌤 핌 룩 바이 저

좌석을 선택하세요.

Xin mời quý khách chọn chỗ ngồi.

씬 머이 꾸이 카익 쩐 쪼 응오이

맨 뒤 가운데로 주세요.

**Cho tôi chỗ ngồi ở giữa hàng sau
cùng.**

쩌 또이 쪼 응오이 어 즈어 항 싸우 꿍

412

죄송하지만 매진입니다.

Xin lỗi nhưng hết vé rồi ạ.
씬 로이 니응 헫 배 조이 아

영화표 예매했어요?

Anh đã đặt vé xem phim chưa?
아잉 다 닫 배 쌤 핌 쯔어?

인터넷으로 예매했어요.

Tôi đã đặt bằng internet.
또이 다 닫 방 인 떠 넫

표는 영화 시작 10분 전까지 환불 가능해요.

Vé có thể được hoàn tiền trước khi bắt đầu phim 10 phút.
배 꺼 테 드억 호안 띠엔 쯔억 키 받 더우 핌 므어이 푿

영화관 에티켓

영화가 시작하기 전에 휴대 전화를 꺼 주세요.

Xin quý khách vui lòng tắt điện thoại trước khi phim bắt đầu.
씬 꾸이 카익 부이 렁 땉 디엔 토아이 쯔억 키 핌 받 더우

영화가 상영 중일 때는 조용히 해 주세요.

Xin giữ yên lặng trong khi phim đang chiếu.
씬 즈 이엔 랑 쩡 키 핌 당 찌에우

앞 좌석을 발로 차지 마세요.

Đừng đạp vào ghế phía trước.
등 답 바오 게 피어 쯔억

상영 중 촬영을 금합니다.

Không được quay phim và chụp ảnh trong khi phim đang chiếu.
콩 드억 꾸아이 핌 바 쭙 아잉 쩡 키 핌 당 찌에우

냄새가 많이 나는 음식은 가지고 들어갈 수 없어요.

Anh không được mang đồ ăn nặng mùi vào trong.

아잉 콩 드억 망 도 안 낭 무이 바오 쩡

콘서트

다음 주에 나랑 콘서트 갈래?

Tuần sau em có muốn đi xem ca nhạc với anh không?

뚜언 싸우 앰 꺼 무온 디 쌤 까 냑 버이 아잉 콩?

콘서트장 입구에 벌써 길게 줄을 섰네요.

Trước cửa nhà hát đã đông người xếp hàng dài rồi.

쯔억 끄어 냐 핟 다 동 응으어이 쎕 항 자이 조이

콘서트 표 남은 거 있나요?

Có còn vé không ạ?

꺼 껀 배 콩 아?

실례지만, 이 줄이 표를 사는 줄이 맞나요?

Xin lỗi, hàng này là hàng đứng để mua vé có phải không?

씬 로이, 항 나이 라 항 등 데 무어 배 꺼 파이 콩?

그 콘서트는 야외에서 열릴 예정이에요.

Buổi biểu diễn đó sẽ được tổ chức ở ngoài trời.

부오이 비에우 지엔 더 쌔 드억 또 쯕 어 응오아이 쩌이

공연 기타

저는 이번 주에 연극을 보러 가요.

Tôi sẽ đi xem kịch vào tuần này.

또이 쌔 디 쌤 끽 바오 뚜언 나이

베트남에서 수상 인형극 본 적 있어요?

Anh đã từng xem múa rối nước ở Việt Nam chưa?

아잉 다 뜽 쌤 무어 조이 느억 어 비엘 남 쯔어?

좋은 좌석은 가격이 비싸요.

Chỗ ngồi tốt có giá vé đắt.

쪼 응오이 똣 꺼 자 배 닷

저는 학생이라 입장료 할인이 돼요.

Tôi là học sinh nên được giảm giá vé vào cửa.

또이 라 헉 씽 넨 드억 잠 자 배 바오 끄어

공연이 20분 후에 시작합니다.

Buổi biểu diễn sẽ bắt đầu sau 20 phút nữa.

부오이 비에우 지엔 쌔 밧 더우 싸우 하이 므어이 푿 느어

무대 가까이 가서 보자!

Chúng ta lại gần sân khấu để xem đi!

쭝 따 라이 건 썬 커우 데 쌤 디!

술집

나는 퇴근 후에 종종 이 술집에 들러요.

Tôi thỉnh thoảng ghé vào quán rượu sau khi đi làm về.

또이 팅 토앙 개 바오 꾸안 지에우 싸우 키 디 람 베

이 술집은 제 단골집이에요.

Quán rượu này là quán quen của tôi.

꾸안 지에우 나이 라 꾸안 꾸앤 꾸어 또이

생맥주가 맛있는 가게를 알아요.

Tôi biết một quán có bia tươi rất ngon.

또이 비엗 몯 꾸안 꺼 비어 뜨어이 젇 응언

이 가게는 안주가 맛있어요.

Quán rượu này có đồ nhắm rất ngon.

꾸안 지에우 나이 꺼 도 냠 젇 응언

418

이 술집 괜찮은데.

Quán rượu này cũng được đấy.
꾸안 지에우 나이 꿍 드억 더이

저와 제 친구들은 저녁에 술집에서 축구 경기를 볼 거예요.

Vào buổi tối, tôi và các bạn sẽ xem bóng đá trong quán bia.
바오 부오이 또이, 또이 바 깍 반 쌔 쌤 벙 다 쩡 꾸안 비어

술 약속

저 술집에 가서 맥주 한잔합시다.

Đến quán bia kia và làm một cốc đi.
덴 꾸안 비어 끼어 바 람 몯 꼭 디

집에 가는 길에 맥주 한잔하자.

Chúng ta hãy uống một cốc bia trên đường về nhà đi.
쭝 따 하이 우옹 몯 꼭 비어 쩬 드엉 베 냐 디

맥주 한잔하죠!

Anh uống một cốc bia chứ!
아잉 우옹 몯 꼭 비어 쯔!

오늘은 제가 살게요.

Hôm nay tôi chiêu đãi.
홈 나이 또이 찌에우 다이

다음 주에 친구들이랑 술 마시기로 했어요.

Tuần sau tôi đã hẹn uống rượu cùng với các bạn.
뚜언 싸우 또이 다 핸 우옹 지에우 꿍 버이 깍 반

우리 늘 가던 그 술집에서 만납시다.

Chúng ta gặp nhau ở quán rượu mà chúng ta vẫn hay đến nhé.
쭝 따 갑 냐우 어 꾸안 지에우 마 쭝 따 번 하이 덴 내

술 권하기

건배!

Cụng ly!
꿍 리!

뭘 위해 건배할까요?

Chúng ta cụng ly vì cái gì nhỉ?
쭝 따 꿍 리 브이 까이 지 니?

모두 잔을 들어 주세요.

Tất cả hãy cùng nâng cốc lên nào.
떳 까 하이 꿍 넝 꼭 렌 나오

한 잔 더 드릴까요?

Anh uống thêm một chén nữa nhé?
아잉 우옹 템 몯 쨴 느어 내?

이 와인 정말 훌륭해요. 한 잔 드실래요?

Rượu vang này rất tuyệt. Anh uống một ly nhé?
지에우 방 나이 젇 뚜이엗. 아잉 우옹 몯 리 내?

고맙지만 운전해야 해서 술은 못 마셔요.

Cảm ơn anh nhưng tôi phải lái xe nên không uống rượu được.
깜 언 아잉 니응 또이 파이 라이 쌔 넨 콩 우옹 지에우 드억

술 고르기

술은 뭘로 하실래요?

Anh muốn uống loại rượu gì?
아잉 무온 우옹 로아이 지에우 지?

어떤 맥주를 좋아하세요?

Anh thích loại bia nào?
아잉 틱 로아이 비어 나오?

맛있는 맥주 추천해 주세요.

Anh giới thiệu cho tôi loại bia nào
ngon với.

아잉 저이 티에우 쩌 또이 로아이 비어 나오 응언
버이

술 메뉴 좀 볼 수 있을까요?

Tôi có thể xem menu rượu được
không?

또이 꺼 테 쌤 메 뉴 지에우 드억 콩?

캔맥주를 드릴까요 병맥주를 드릴까요?

Anh uống bia lon hay bia chai?

아잉 우옹 비어 런 하이 비어 짜이?

여기 혹시 넵머이(베트남 소주)는 없나요?

Ở đây không có rượu nếp mới à?

어 더이 콩 꺼 지에우 넵 머이 아?

저는 와인을 마실게요.

Tôi muốn uống rượu vang.

또이 무온 우옹 지에우 방

423

클럽

클럽에 춤추러 갈래?

Anh đi vũ trường để nhảy không?

아잉 디 부 쯔엉 데 냐이 콩?

밤새 클럽에서 놀았어요.

Tôi đã chơi ở vũ trường suốt đêm.

또이 다 쩌이 어 부 쯔엉 쑤옫 뎀

어젯밤 클럽에선 음악이 끝내줬어!

Đêm qua ở vũ trường, âm nhạc thật tuyệt!

뎀 꾸아 어 부 쯔엉, 엄 냑 털 뚜이엗!

저 클럽은 12시 전에 들어가면 입장료가 무료예요.

Vũ trường đó nếu đến trước 12 giờ thì sẽ được miễn phí vé vào cửa.

부 쯔엉 더 네우 덴 쯔억 므어이 하이 저 티 쌔 드억 미엔 피 배 바오 *끄어*

424

요즘 괜찮은 클럽이 어디야?

Dạo này có vũ trường nào được không?

자오 나이 꺼 부 쯔엉 나오 드억 콩?

클럽에 가면 스트레스가 풀려.

Đi vũ trường sẽ giúp giải tỏa căng thẳng.

디 부 쯔엉 쌔 줍 자이 또아 깡 탕

Chương 5
여행을 떠나요!

여행 계획

\# 여름 방학에 한 달 정도 여행을 떠나려고 해요.

Tôi định đi du lịch khoảng một
tháng vào kỳ nghỉ hè.
또이 딩 디 주 릭 코앙 몯 탕 바오 끼 응이 해

\# 어디로 갈지 정했어요?

Anh đã quyết định đi đâu chưa?
아잉 다 꾸이엗 딩 디 더우 쯔어?

\# 해외 여행을 가려고 해요.

Tôi định đi du lịch nước ngoài.
또이 딩 디 주 릭 느억 응오아이

\# 더위를 피해 시원한 지역으로 가고 싶어요.

Tôi muốn đến nơi mát mẻ để
tránh nóng.
또이 무온 덴 너이 맏 매 데 짜잉 넝

일주일 동안 조용히 쉬다가 오고 싶어요.

Tôi muốn nghỉ ngơi yên tĩnh trong một tuần.

또이 무온 응이 응어이 이엔 띵 쩡 몯 뚜언

가 보지 않았던 지역에 가 보고 싶어요.

Tôi muốn đến nơi mà mình chưa từng đến.

또이 무온 덴 너이 마 밍 쯔어 뜽 덴

교통편 예약

하노이로 가는 비행기를 예약하고 싶은데요.

Tôi muốn đặt vé máy bay đi Hà Nội.

또이 무온 닫 배 마이 바이 디 하 노이

언제 떠날 예정인가요?

Anh định xuất phát vào ngày nào?

아잉 딩 쑤얻 팓 바오 응아이 나오?

11월 20일에서 23일 사이에 떠나고 싶어요.

Tôi muốn đi trong khoảng từ 20 đến 23 tháng 11.

또이 무온 디 쩡 코앙 뜨 하이 므어이 덴 하이 므어이 바 탕 므어이 몯

편도인가요 왕복인가요?

Vé một chiều hay vé khứ hồi ạ?

배 몯 찌에우 하이 배 크 호이 아?

하노이에서 호찌민까지 비행기로 얼마나 걸립니까?

Đi bằng máy bay từ Hà Nội đến thành phố Hồ Chí Minh hết bao lâu?

디 방 마이 바이 뜨 하 노이 덴 타잉 포 호 찌 밍 헫 바오 러우?

온라인으로 티켓을 찾아보는 게 더 편리해요.

Tìm vé trên mạng tiện hơn.

띰 배 쩬 망 띠엔 헌

430

예약 확인 & 변경

예약 사항을 확인하고 싶어요.

Tôi muốn kiểm tra thông tin đặt vé.

또이 무온 끼엠 짜 통 띤 닫 배

예약 날짜를 변경하고 싶습니다.

Tôi muốn thay đổi ngày đặt vé.

또이 무온 타이 도이 응아이 닫 배

예약 번호를 알려 주시겠습니까?

Anh có thể cho biết mã số đặt vé được không?

아잉 꺼 테 쩌 비엩 마 쏘 닫 배 드억 콩?

예약 취소 규정이 어떻게 되는지 알고 싶어요.

Tôi muốn biết quy định hủy vé là như thế nào.

또이 무온 비엩 꾸이 딩 후이 배 라 니으 테 나오

출발 이틀 전까지 취소할 수 있습니다.

Anh có thể hủy vé trước 2 ngày kể từ ngày xuất phát.

아잉 꺼 테 후이 배 쯔억 하이 응아이 께 뜨 응아이 쑤얻 팓

이 티켓은 환불이 불가합니다.

Vé này không được hoàn tiền.

배 나이 콩 드억 호안 띠엔

여권

여권을 신청하려고 합니다.

Tôi muốn xin hộ chiếu.

또이 무온 씬 호 찌에우

제 여권이 만료되었어요.

Hộ chiếu của tôi đã hết hạn rồi.

호 찌에우 꾸어 또이 다 헫 한 조이

432

여권이 곧 만기되기 때문에 갱신해야 해요.

Vì hộ chiếu sắp hết hạn nên tôi phải làm mới.

브이 호 찌에우 쌉 헫 한 넨 또이 파이 람 머이

어디에서 여권을 발급받을 수 있나요?

Có thể xin cấp hộ chiếu ở đâu ạ?

꺼 테 씬 껍 호 찌에우 어 더우 아?

여권 발급하는 데 시간이 얼마나 걸리나요?

Mất bao lâu để cấp hộ chiếu ạ?

먿 바오 러우 데 껍 호 찌에우 아?

여권 발급할 때 뭐가 필요한가요?

Phải cần có những giấy tờ gì để được cấp hộ chiếu ạ?

파이 껀 꺼 니응 저이 떠 지 데 드억 껍 호 찌에우 아?

비자

베트남 비자를 신청하고 싶습니다.

Tôi muốn xin visa Việt Nam.

또이 무온 씬 비 자 비엔 남

한국인은 베트남에서 15일간 무비자로 체류할 수 있습니다.

Người Hàn Quốc được miễn visa Việt Nam trong 15 ngày.

응으어이 한 꾸옥 드억 미엔 비 자 비엔 남 쩡 므어이 람 응아이

단수 비자인가요 복수 비자인가요?

Visa nhập cảnh một lần hay visa nhập cảnh nhiều lần ạ?

비 자 녑 까잉 몯 런 하이 비 자 녑 까잉 니에우 런 아?

비자가 만기되기 전에 갱신하세요.

Anh phải gia hạn trước khi visa hết hạn.

아잉 파이 자 한 쯔억 키 비 자 헫 한

비자 연장을 신청하고 싶은데요.

Tôi muốn xin gia hạn visa.

또이 무온 씬 자 한 비 자

비자 발급은 얼마나 걸리죠?

Cấp visa mất bao lâu ạ?

껍 비 자 멀 바오 러우 아?

공항 가기

탑승 수속을 위해 출발 두 시간 전까지는 공항에 도착해야 합니다.

Anh phải đến sân bay trước hai tiếng để làm thủ tục.
아잉 파이 덴 썬 바이 쯔억 하이 띠엥 데 람 투 뚝

공항에는 여유 있게 도착하는 게 좋아요.

Nên đến sân bay sớm.
넨 덴 썬 바이 썸

노이바이 공항까지 어떻게 가죠?

Đi đến sân bay Nội Bài bằng cách nào?
디 덴 썬 바이 노이 바이 방 까익 나오?

시내에서 공항은 조금 멀어요.

Sân bay hơi xa thành phố một chút.
썬 바이 허이 싸 타잉 포 몯 쭏

공항까지 빨리 도착하려면 택시를 타는 게 좋을 거예요.

Nếu muốn đến sân bay nhanh thì nên đi tắc xi.
네우 무온 덴 썬 바이 냐잉 티 넨 디 딱 씨

공항 가는 버스는 어디서 타면 되나요?

Phải đứng ở đâu để bắt xe buýt đi sân bay ạ?
파이 등 어 더우 데 밥 쌔 부잇 디 썬 바이 아?

발권

베트남항공 카운터가 어디죠?

Quầy làm thủ tục của hãng hàng không Việt Nam ở đâu ạ?
꾸어이 람 투 뚝 꾸어 항 항 콩 비엘 남 어 더우 아?

여권을 보여 주세요.

Cho tôi xem hộ chiếu.
쩌 또이 쌤 호 찌에우

인터넷으로 티켓을 예약했습니다.

Tôi đã đặt vé trên mạng.

또이 다 닫 배 쩬 망

전자 티켓 예약 확인서 있으신가요?

Anh có giấy xác nhận đặt vé điện tử không?

아잉 꺼 저이 싹 년 닫 배 디엔 뜨 콩?

복도 쪽 좌석 부탁합니다.

Tôi muốn ngồi ghế ở phía lối đi.

또이 무온 응오이 게 어 피어 로이 디

체크인은 몇 시입니까?

Check-in lúc mấy giờ ạ?

쩩 인 룩 머이 저 아?

부치실 짐이 있으신가요?

Anh có hành lý ký gửi không?

아잉 꺼 하잉 리 끼 그이 콩?

탑승

탑승 수속은 언제 합니까?

Bao giờ phải làm thủ tục lên máy bay ạ?

바오 저 파이 람 투 뚝 렌 마이 바이 아?

베트남 항공 VN408 비행기는 몇 번 게이트에서 탑승하나요?

Chuyến bay VN408 của hãng hàng không Việt Nam lên ở cửa số mấy ạ?

쭈이엔 바이 브이 앤 본 콩 땀 꾸어 항 항 콩 비엔 남 렌 어 끄어 쏘 머이 아?

곧 탑승을 시작하겠습니다.

Quý khách sắp sửa lên máy bay.

꾸이 카익 쌉 쓰어 렌 마이 바이

탑승권을 미리 준비하시기 바랍니다.

Xin quý khách chuẩn bị sẵn thẻ lên tàu bay.

씬 꾸이 카익 쭈언 비 싼 태 렌 따우 바이

탑승권을 보여 주시겠습니까?

Anh cho tôi xem thẻ lên tàu bay được không?

아잉 쩌 또이 쌤 태 렌 따우 바이 드억 콩?

항공편 출발 시간이 30분 지연되었다.

Thời gian cất cánh bị trễ 30 phút.

터이 잔 껕 까잉 비 쩨 바 므어이 풋

세관

세관 신고서를 작성해 주세요.

Xin anh điền vào tờ khai hải quan.

씬 아잉 디엔 바오 떠 카이 하이 꾸안

신고하실 물품이 있습니까?

Anh có hàng hóa phải khai hải quan không?

아잉 꺼 항 호아 파이 카이 하이 꾸안 콩?

440

세관 신고서를 보여 주시겠어요?

Anh cho tôi xem tờ khai hải quan được không?

아잉 쩌 또이 쌤 떠 카이 하이 꾸안 드억 콩?

신고할 것은 없습니다.

Tôi không có hàng hóa phải khai báo.

또이 콩 꺼 항 호아 파이 카이 바오

달러로 얼마까지 면세가 되나요?

Được miễn thuế đến bao nhiêu đô la?

드억 미엔 투에 덴 바오 니에우 도 라?

세관 신고 대상 물품을 기재하시고, 본인의 이름과 생년월일을 적으시면 됩니다.

Xin anh ghi các hàng hóa thuộc đối tượng phải khai báo hải quan và tên cùng ngày tháng năm sinh của bản thân.

씬 아잉 기 깍 항 호아 투옥 도이 뜨엉 파이 카이 바오 하이 꾸안 바 뗀 꿍 응아이 탕 남 씽 꾸어 반 턴

면세점

면세점에서 쇼핑할 시간이 있을까요?

Có thời gian mua sắm ở cửa hàng miễn thuế không nhỉ?

꺼 터이 잔 무어 쌈 어 끄어 항 미엔 투에 콩 니?

면세점에서 가족들에게 줄 선물을 사려고 해요.

Tôi định mua quà cho gia đình ở cửa hàng miễn thuế.

또이 딩 무어 꾸아 쩌 자 딩 어 끄어 항 미엔 투에

신분증을 보여 주시겠어요?

Anh cho tôi xem chứng minh thư được không?

아잉 쩌 또이 쌤 쯩 밍 트 드억 콩?

전 인터넷 면세점에서 화장품을 샀어요.

Tôi đã mua mỹ phẩm ở cửa hàng miễn thuế trên mạng.

또이 다 무어 미 펌 어 끄어 항 미엔 투에 쩬 망

면세점에서 구입한 술이나 화장품은 기내에 반입할 수 있어요.

Anh có thể mang rượu hoặc mỹ phẩm mua ở cửa hàng miễn thuế lên máy bay.

아잉 꺼 테 망 지에우 호악 미 펌 무어 어 *끄*어 항 미엔 투에 렌 마이 바이

출국 심사

여권과 탑승권을 보여 주세요.

Xin mời anh cho xem hộ chiếu và vé máy bay.

씬 머이 아잉 쩌 쌤 호 찌에우 바 배 마이 바이

출국 신고서를 작성해야 하나요?

Tôi có phải điền vào tờ khai xuất cảnh không ạ?

또이 꺼 파이 디엔 바오 떠 카이 쑤얻 까잉 콩 아?

출국 신고서는 작성하실 필요 없습니다.

Anh không cần phải điền vào tờ khai xuất cảnh.
아잉 콩 껀 파이 디엔 바오 떠 카이 쑤얼 까잉

어디까지 가십니까?

Anh đi đâu?
아잉 디 더우?

외국인은 옆줄입니다.

Người nước ngoài xếp ở hàng bên cạnh.
응으어이 느억 응오아이 쎕 어 항 벤 까잉

이 줄은 내국인 줄입니다.

Đây là hàng dành cho người trong nước.
더이 라 항 자잉 쩌 응으어이 쩡 느억

보안 검사

가방은 검색대 위 바구니에 넣어 주세요.

Mời anh đặt túi vào giỏ trên bàn kiểm tra.
머이 아잉 닫 뚜이 바오 저 쩬 반 끼엠 짜

겉옷과 주머니에 든 물건은 전부 꺼내 바구니에 넣으세요.

Mời anh lấy tất cả mọi thứ trong túi và áo khoác ra và để vào trong giỏ.
머이 아잉 러이 떧 까 머이 트 쩡 뚜이 바 아오 코악 자 바 데 바오 쩡 저

전자 제품은 다른 바구니에 넣어 주세요.

Mời anh để đồ điện tử vào giỏ khác.
머이 아잉 데 도 디엔 뜨 바오 저 칵

음료수는 쓰레기통에 버려 주세요.

Mời anh bỏ đồ uống vào thùng rác.
머이 아잉 버 도 우옹 바오 퉁 작

금속 탐지기를 통과해 주세요.

Mời anh đi qua máy kiểm tra kim loại.
머이 아잉 디 꾸아 마이 끼엠 짜 낌 로아이

신발을 벗어 주세요.

Mời anh cởi giày ra.
머이 아잉 꺼이 자이 자

입국 심사

여권을 보여 주세요.

Xin anh cho xem hộ chiếu.
씬 아잉 쩌 쌤 호 찌에우

446

방문 목적은 무엇입니까?

Mục đích đến của anh là gì?
묵 딕 덴 꾸어 아잉 라 지?

관광차 왔습니다.

Tôi đi du lịch.
또이 디 주 릭

출장차 왔습니다.

Tôi đi công tác.
또이 디 꽁 딱

친척들을 만나러 왔습니다.

Tôi đi thăm họ hàng.
또이 디 탐 허 항

돌아갈 항공권을 갖고 있습니까?

Anh có vé máy bay ngày về không?
아잉 꺼 배 마이 바이 응아이 베 콩?

몇 개월 비자입니까?

Visa của anh được mấy tháng?
비 자 꾸어 아잉 드억 머이 탕?

베트남 첫 방문입니까?

Đây là lần đầu tiên anh đến Việt Nam à?

더이 라 런 더우 띠엔 아잉 덴 비엔 남 아?

얼마 동안 체류할 예정입니까?

Anh định lưu trú trong bao lâu?

아잉 딩 르우 쭈 쩡 바오 러우?

이 나라에서 얼마나 오래 머무를 예정입니까?

Anh định ở lại đất nước này bao lâu?

아잉 딩 어 라이 덛 느억 나이 바오 러우?

일주일간 머물렀다가 태국으로 떠날 겁니다.

Tôi ở một tuần sau đó sẽ đi Thái Lan.

또이 어 몯 뚜언 싸우 더 쎄 디 타이 란

2주 동안 머물 예정입니다.

Tôi định ở 2 tuần.

또이 딩 어 하이 뚜언

어디에서 머물 예정입니까?

Anh định ở đâu?
아잉 딩 어 더우?

ABC 호텔에서 머물 예정입니다.

Tôi định ở khách sạn ABC.
또이 딩 어 카익 싼 아 베 쎄

친구의 집에서 묵을 예정입니다.

Tôi định ở nhà bạn.
또이 딩 어 냐 반

짐을 찾을 때

VN409 비행기편 짐은 몇 번에서 찾아야 하나요?

Hành lý của chuyến bay VN409 lấy ở ray số mấy ạ?
하잉 리 꾸어 쭈이엔 바이 브이 엔 본 콩 찐 러이 어 자이 쏘 머이 아?

제 짐이 보이지 않아요.

Tôi không thấy hành lý của tôi.

또이 콩 터이 하잉 리 꾸어 또이

제 짐이 어디 있는지 확인해 주시겠어요?

Anh có thể kiểm tra giúp hành lý của tôi đang ở đâu không?

아잉 꺼 테 끼엠 짜 줍 하잉 리 꾸어 또이 당 어 더우 콩?

그 짐은 제 것이 아니에요.

Hành lý đó không phải là của tôi.

하잉 리 더 콩 파이 라 꾸어 또이

제 짐이 아직 나오지 않았어요.

Hành lý của tôi vẫn chưa ra.

하잉 리 꾸어 또이 번 쯔어 자

제 짐이 파손됐어요.

Hành lý của tôi bị vỡ rồi.

하잉 리 꾸어 또이 비 버 조이

마중

\# 공항에 누가 마중 나와 있나요?

Ai sẽ ra đón anh ở sân bay?
아이 쌔 자 던 아잉 어 썬 바이?

\# 거래처에서 사람이 나오기로 했어요.

Người ở phía đối tác sẽ ra đón tôi.
응으어이 어 피어 도이 딱 쌔 자 던 또이

\# 공항에 마중 나와 주시겠습니까?

Anh có thể ra sân bay đón tôi được không?
아잉 꺼 테 자 썬 바이 던 또이 드억 콩?

\# 만나기로 한 분 성함이 어떻게 되죠?

Họ tên của người anh hẹn đón là gì?
허 뗀 꾸어 응으어이 아잉 핸 던 라 지?

\# 마중 나와 줘서 고마워요.

Cảm ơn anh đã ra đón tôi.
깜 언 아잉 다 자 던 또이

마중 나오기로 한 사람이 아직도 안 왔어요.

Người hẹn đón tôi vẫn chưa đến.
응으어이 핸 던 또이 번 쯔어 덴

제가 공항에 마중 나갈게요.

Tôi sẽ ra sân bay đón.
또이 쌔 자 썬 바이 던

공항 기타

이 비행기는 홍콩을 경유해서 갑니다.

Máy bay này sẽ quá cảnh ở Hồng Kông.
마이 바이 나이 쌔 꾸아 까잉 어 홍 꽁

이 비행기는 하노이 직항이에요.

Máy bay này sẽ bay thẳng đi Hà Nội.
마이 바이 나이 쌔 바이 탕 디 하 노이

비행기가 연착해서 예정보다 2시간 늦을 것 같아요.

Máy bay bị trễ nên đến muộn 2 tiếng so với dự kiến.

마이 바이 비 쩨 넨 덴 무온 하이 띠엥 써 버이 즈 끼엔

공항에서 시내로 뭘 타고 가야 하나요?

Tôi phải đi bằng gì từ sân bay vào thành phố?

또이 파이 디 방 지 뜨 썬 바이 바오 타잉 포?

공항에 환전소가 있나요?

Có chỗ đổi tiền ở sân bay không ạ?

꺼 쪼 도이 띠엔 어 썬 바이 콩 아?

공항에 짐을 보관할 수 있나요?

Có thể bảo quản hành lý ở sân bay không?

꺼 테 바오 꾸안 하잉 리 어 썬 바이 콩?

좌석 찾기 & 이륙 준비

좌석을 안내해 드릴까요?

Tôi hướng dẫn chỗ ngồi cho anh nhé?

또이 흐엉 전 쪼 응오이 쩌 아잉 내?

C열 25번 좌석은 어디에 있나요?

Ghế số 25 hàng C ở đâu ạ?

게 쏘 하이 므어이 람 항 쎄 어 더우 아?

실례지만 여긴 제 자리 같은데요.

Xin lỗi nhưng hình như đây là ghế của tôi.

씬 로이 니응 힝 니으 더이 라 게 꾸어 또이

죄송합니다. 제가 자리를 착각했네요.

Xin lỗi. Tôi đã ngồi nhầm ghế.

씬 로이. 또이 다 응오이 념 게

제 짐을 선반 위에 올리도록 도와주시겠어요?

Anh có thể giúp tôi nâng hành lý lên kệ được không?

아잉 꺼 테 줍 또이 넝 하잉 리 렌 께 드억 콩?

잠시 후에 이륙합니다.

Máy bay chuẩn bị cất cánh.

마이 바이 쭈언 비 껃 까잉

안전벨트를 매 주십시오.

Xin quý khách vui lòng thắt dây an toàn.

씬 꾸이 카익 부이 렁 탇 저이 안 또안

기내

잡지나 신문을 좀 주시겠어요?

Chị có thể lấy cho tôi tạp chí hay báo được không?

찌 꺼 테 러이 쩌 또이 땁 찌 하이 바오 드억 콩?

담요와 베개를 주시겠어요?

Chị có thể lấy cho tôi chăn và gối được không?

찌 꺼 테 러이 쩌 또이 짠 바 고이 드억 콩?

헤드폰을 주시겠습니까?

Chị có thể lấy cho tôi tai nghe được không?

찌 꺼 테 러이 쩌 또이 따이 응애 드억 콩?

실례합니다. 저랑 자리를 바꿔 주실 수 있습니까?

Xin lỗi. Anh có thể đổi chỗ cho tôi được không?

씬 로이. 아잉 꺼 테 도이 쪼 쩌 또이 드억 콩?

창문 블라인드 좀 올려 주세요.

Xin anh vui lòng nâng tấm che cửa sổ.

씬 아잉 부이 렁 넝 떰 째 끄어 쏘

의자를 세워주세요.

Xin anh vui lòng dựng thẳng lưng ghế.

씬 아잉 부이 렁 증 탕 릉 게

기내식

음료 드시겠습니까?

Anh có muốn dùng đồ uống gì không?

아잉 꺼 무온 중 도 우옹 지 콩?

어떤 음료가 있나요?

Có những loại đồ uống nào ạ?

꺼 니응 로아이 도 우옹 나오 아?

와인 있나요?

Có rượu vang không ạ?

꺼 지에우 방 콩 아?

물 한 잔 주시겠어요?

Chị cho tôi một cốc nước được không?

찌 쩌 또이 몯 꼭 느억 드억 콩?

식사는 소고기와 생선 중 무엇으로 하시겠습니까?

Anh muốn dùng thịt bò hay cá ạ?

아잉 무온 중 틷 버 하이 까 아?

생선으로 주세요.

Cho tôi cá.

쩌 또이 까

죄송합니다. 소고기는 다 떨어졌습니다.

Xin lỗi anh. Thịt bò đã hết rồi ạ.

씬 로이 아잉. 틷 버 다 헫 조이 아

컵라면 있나요?

Anh có mỳ cốc không?

아잉 꺼 미 꼭 콩?

어린이를 위한 식사가 따로 있나요?

Có đồ ăn dành riêng cho trẻ em không ạ?

꺼 도 안 자잉 지엥 쩌 째 앰 콩 아?

혹시 지금 커피 서비스 되나요?

Bây giờ có phục vụ cà phê không ạ?

버이 저 꺼 푹 부 까 페 콩 아?

차 드시겠습니까?

Anh uống trà nhé?

아잉 우옹 짜 내?

컵을 쟁반 위에 올려 주세요.

Xin anh vui lòng đặt cốc lên khay.

씬 아잉 부이 렁 닫 꼭 렌 카이

테이블 치워 드릴까요?

Tôi dọn bàn cho anh nhé?

또이 전 반 쩌 아잉 내?

기차표 구입

\# 냐짱 가는 기차표를 구매하고 싶습니다.

Tôi muốn mua vé tàu đi Nha Trang.

또이 무온 무어 배 따우 디 냐 짱

\# 가장 빠른 시간의 다낭행 열차는 몇 시인가요?

Tàu đi Đà Nẵng sớm nhất là mấy giờ ạ?

따우 디 다 낭 썸 녓 라 머이 저 아?

\# 기차 운행 시간표는 확인했어요?

Anh đã xem bảng giờ tàu chạy chưa?

아잉 다 쌤 방 저 따우 짜이 쯔어?

\# 후에 가는 기차표 어른 2장, 어린이 1장 주세요.

Cho tôi 2 vé người lớn, 1 vé trẻ em đi Huế.

쩌 또이 하이 배 응으어이 런, 몯 배 째 앰 디 후에

6인실 침대칸으로 주세요.

Cho tôi toa giường nằm buồng 6 người.
쩌 또이 또아 즈엉 남 부옹 싸우 응으어이

왕복표로 주세요.

Cho tôi vé khứ hồi.
쩌 또이 배 크 호이

기차 타기

다낭행 기차는 어디에서 타나요?

Tàu đi Đà Nẵng lên ở đâu ạ?
따우 디 다 낭 렌 어 더우 아?

이 기차 호찌민에 가는 거 맞나요?

Tàu này đi thành phố Hồ Chí Minh đúng không ạ?
따우 나이 디 타잉 포 호 찌 밍 둥 콩 아?

기차 안에 짐을 따로 보관할 수 있는 곳이 있나요?

Có chỗ bảo quản đồ trên tàu không?

꺼 쪼 바오 꽌 도 쩬 따우 콩?

이 기차는 몇 시에 떠나나요?

Tàu này chạy lúc mấy giờ?

따우 나이 짜이 룩 머이 저?

오전 11시에 출발하는 기차입니다.

Đây là chuyến tàu chạy lúc 11 giờ sáng.

더이 라 쭈이엔 따우 짜이 룩 므어이 몯 저 쌍

8번 칸은 어느 쪽으로 가야 하죠?

Toa 8 phải đi về hướng nào ạ?

또아 땀 파이 디 베 흐엉 나오 아?

객실에서

23번 좌석이 여기 맞나요?

Ghế số 23 ở đây có đúng không ạ?

게 쏘 하이 므어이 바 어 더이 꺼 둥 콩 아?

화장실이 어디인가요?

Nhà vệ sinh ở đâu ạ?

냐 베 씽 어 더우 아?

다음 정차할 역이 어디예요?

Ga tiếp theo là ga nào ạ?

가 띠엡 태오 라 가 나오 아?

식당칸에 잠깐 갔다 올게요.

Tôi sẽ đi đến toa nhà ăn một chút rồi sẽ quay lại.

또이 쌔 디 덴 또아 냐 안 몯 쭏 조이 쌔 꾸아이 라이

딱딱한 의자칸은 너무 불편해요.

Ghế cứng thật bất tiện.

게 끙 털 벋 띠엔

잠시 검사가 있겠습니다. 기차표를 보여 주세요.

Tôi xin kiểm tra một chút. Xin mời anh cho xem vé tàu.

또이 씬 끼엠 짜 몯 쭏. 씬 머이 아잉 쩌 쌤 배 따우

역 도착

저는 이제 곧 냐짱역에 도착해요.

Bây giờ tôi sắp đến ga Nha Trang rồi.

버이 저 또이 쌉 덴 가 냐 짱 조이

우리 기차는 냐짱역에서 10분 후에 정차하겠습니다.

Tàu của chúng ta sẽ dừng ở ga Nha Trang sau 10 phút nữa.

따우 꾸어 쭝 따 쌔 증 어 가 냐 짱 싸우 므어이 푿 느어

다음 역에서 내리는 게 맞나요?

Có đúng là xuống ở ga tiếp theo không?

꺼 둥 라 쑤옹 어 가 띠엡 태오 콩?

다음 역은 이 열차의 종착역입니다.

Ga tiếp theo là ga cuối cùng của chuyến tàu này.

가 띠엡 태오 라 가 꾸오이 꿍 꾸어 쭈이엔 따우 나이

여기가 냐짱역 맞나요?

Đây là ga Nha Trang có đúng không?

더이 라 가 냐 짱 꺼 둥 콩?

짐을 미리 챙기도록 해요.

Anh hãy chuẩn bị sẵn hành lý đi.

아잉 하이 쭈언 비 싼 하잉 리 디

기차 기타

기차를 잘못 탔네요. 이게 하노이 가는 기차인 줄 알았어요.

Tôi đã lên nhầm tàu rồi. Tôi tưởng đây là tàu đi Hà Nội.

또이 다 렌 념 따우 조이. 또이 뜨엉 더이 라 따우 디 하 노이

기차를 놓쳤어요.

Tôi đã bị lỡ tàu rồi.

또이 다 비 러 따우 조이

짐을 열차에 두고 내렸어요.

Tôi đã để quên hành lý trên tàu rồi.

또이 다 데 꾸엔 하잉 리 쩬 따우 조이

다음 역에서 갈아타야 해요.

Tôi phải đổi tàu ở ga tiếp theo.

또이 파이 도이 따우 어 가 띠엡 태오

이 기차는 호찌민행 기차입니다.

Đây là tàu đi thành phố Hồ Chí Minh.

더이 라 따우 디 타잉 포 호 찌 밍

다낭행 기차표가 매진되었어요.

Hết vé tàu đi Đà Nẵng rồi ạ.

헫 배 따우 디 다 낭 조이 아

숙박 시설 예약

\# 호텔 예약했어요?

Anh đã đặt khách sạn chưa?
아잉 다 닫 카익 싼 쯔어?

\# 어디에 괜찮은 호텔이 있는지 아세요?

Anh có biết chỗ nào có khách sạn ổn không?
아잉 꺼 비엩 쪼 나오 꺼 카익 싼 온 콩?

\# 온라인으로 예약하면 좀 더 저렴한 가격으로 예약할 수 있어요.

Nếu đặt qua mạng thì có thể đặt với giá rẻ hơn một chút.
네우 닫 꾸아 망 티 꺼 테 닫 버이 자 재 헌 몯 쭏

\# 시설이 깨끗한 호텔을 찾고 있어요.

Tôi đang tìm khách sạn nào sạch sẽ.
또이 당 띰 카익 싼 나오 싸익 쎄

시내 중심에 위치한 호텔을 찾고 있어요.

Tôi đang tìm khách sạn nào nằm ở trung tâm thành phố.

또이 당 띰 카익 싼 나오 남 어 쯩 떰 타잉 포

저렴하고 좋은 호텔 찾기가 어려워요.

Tìm khách sạn vừa rẻ vừa tốt rất khó.

띰 카익 싼 브어 재 브어 똗 젇 커

방을 예약하고 싶습니다.

Tôi muốn đặt phòng.

또이 무온 닫 펑

빈방이 있나요?

Anh còn phòng trống không?

아잉 껀 펑 쫑 콩?

며칠 묵으실 겁니까?

Anh định ở mấy ngày?

아잉 딩 어 머이 응아이?

죄송하지만 방이 만실입니다.

Xin lỗi nhưng chúng tôi hết phòng rồi.

씬 로이 니응 쭝 또이 헫 펑 조이

싱글룸과 더블룸이 있습니다.

Có phòng đơn và phòng đôi.

꺼 펑 던 바 펑 도이

싱글룸으로 부탁합니다.

Cho tôi phòng đơn.

쩌 또이 펑 던

2박하고 나서 토요일 오전에 체크아웃하려고 합니다.

Tôi ở 2 đêm và sẽ trả phòng vào sáng thứ bảy.

또이 어 하이 뎀 바 쌔 짜 펑 바오 쌍 트 바이

어떤 방을 원하십니까?

Anh muốn phòng như thế nào?

아잉 무온 펑 니으 테 나오?

470

1박에 얼마입니까?

Nghỉ 1 đêm giá bao nhiêu?

응이 몯 뎀 자 바오 니에우?

좀 더 큰 방 있나요?

Anh có phòng lớn hơn một chút không?

아잉 꺼 펑 런 헌 몯 쭏 콩?

좀 더 저렴한 방이 있나요?

Anh có phòng nào rẻ hơn một chút không?

아잉 꺼 펑 나오 재 헌 몯 쭏 콩?

조식이 포함되어 있나요?

Có bao gồm ăn sáng không?

꺼 바오 곰 안 쌍 콩?

높은 층으로 예약해 주세요.

Đặt cho tôi phòng ở tầng trên cao.

닫 쩌 또이 펑 어 떵 쩬 까오

바다가 보이는 방으로 부탁합니다.

Đặt cho tôi phòng nhìn ra biển.
닫 쩌 또이 펑 닌 자 비엔

체크인

체크인 부탁합니다.

Tôi muốn làm thủ tục nhận phòng.
또이 무온 람 투 뚝 년 펑

예약하신 분 성함이 어떻게 되나요?

Họ tên người đặt phòng là gì ạ?
허 뗀 응으어이 닫 펑 라 지 아?

손님 방은 507호입니다.

Phòng của quý khách là phòng 507.
펑 꾸어 꾸이 카익 라 펑 남 콩 바이

방을 바꾸고 싶습니다.

Tôi muốn đổi phòng.
또이 무온 도이 펑

방까지 짐을 옮겨 주실 수 있나요?

Anh có thể mang đồ lên phòng giúp tôi không?
아잉 꺼 테 망 도 렌 펑 줍 또이 콩?

체크인은 몇 시부터입니까?

Mấy giờ thì có thể nhận phòng ạ?
머이 저 티 꺼 테 년 펑 아?

늦게 도착할 것 같네요. 프런트는 몇 시까지 열려 있나요?

Có lẽ tôi sẽ đến muộn. Quầy lễ tân mở đến mấy giờ ạ?
꺼 래 또이 쌔 덴 무온. 꾸어이 레 떤 머 덴 머이 저 아?

체크아웃

체크아웃해 주세요.

Tôi muốn trả phòng.
또이 무온 짜 펑

예정보다 두 시간 늦게 체크아웃 가능한가요?

Tôi có thể trả phòng muộn hơn dự kiến hai giờ được không?
또이 꺼 테 짜 펑 무온 헌 즈 끼엔 하이 저 드억 콩?

몇 시까지 체크아웃해야 하나요?

Tôi phải trả phòng lúc mấy giờ?
또이 파이 짜 펑 룩 머이 저?

이 항목은 무슨 요금입니까?

Mục này là phí gì vậy?
묵 나이 라 피 지 버이?

(계산서에) 이 부분이 잘못된 것 같은데요.

Hình như phần này bị sai (trong hóa đơn).
힝 니으 펀 나이 비 싸이 (쩡 호아 던)

오후 5시까지 프런트에 제 짐을 맡길 수 있나요?

Tôi có thể gửi đồ ở quầy lễ tân đến 5 giờ chiều được không?

또이 꺼 테 그이 도 어 꾸어이 레 떤 뗀 남 저 찌에우 드억 콩?

숙박 시설 이용

아침 식사는 어디에서 하는 거죠?

Ăn sáng ở đâu ạ?

안 쌍 어 더우 아?

세탁 가능한가요?

Tôi có thể nhờ giặt đồ được không?

또이 꺼 테 녀 잗 도 드억 콩?

세탁을 맡기면 언제쯤 되나요?

Nếu giặt đồ thì bao giờ mới lấy được ạ?

네우 잗 도 티 바오 저 머이 러이 드억 아?

귀중품을 보관할 수 있습니까?

Khách sạn có thể bảo quản đồ quý giá được không?

카익 싼 꺼 테 바오 꾸안 도 꾸이 자 드억 콩?

203호에 수건 두 장 더 주시겠어요?

Anh có thể cho phòng 203 thêm hai khăn tắm được không?

아잉 꺼 테 쩌 펑 하이 콩 바 템 하이 칸 땀 드억 콩?

추가로 침대를 놔 줄 수 있나요?

Anh có thể kê thêm giường cho tôi không?

아잉 꺼 테 께 템 즈엉 쩌 또이 콩?

불편 사항

열쇠를 방에 두고 왔습니다.

Tôi để quên chìa khóa trong phòng rồi.

또이 데 꾸엔 찌어 코아 쩡 펑 조이

에어컨이 고장 났어요.

Điều hòa nhiệt độ bị hỏng rồi.
디에우 호아 니엔 도 비 헝 조이

뜨거운 물이 나오지 않아요.

Không có nước nóng.
콩 꺼 느억 넝

변기가 막혔어요.

Bồn cầu bị tắc rồi.
본 꺼우 비 딱 조이

방 청소가 되어 있지 않아요.

Phòng chưa được dọn dẹp.
펑 쯔어 드억 전 잽

방을 바꾸고 싶어요.

Tôi muốn đổi phòng.
또이 무온 도이 펑

옆방이 너무 시끄러워요.

Phòng bên cạnh ồn ào quá.
펑 벤 까잉 온 아오 꾸아

477

방에서 바퀴벌레가 나왔어요.

Có gián trong phòng.
꺼 잔 쩡 펑

관광 안내소

\# 이 근처에 관광 안내소가 있나요?

Ở gần đây có Trung tâm hướng dẫn du lịch không ạ?

어 건 더이 꺼 쭝 떰 흐엉 전 주 릭 콩 아?

\# 관광 안내 지도 한 장 받을 수 있을까요?

Tôi có thể xin một tờ bản đồ hướng dẫn du lịch được không?

또이 꺼 테 씬 몯 떠 반 도 흐엉 전 주 릭 드억 콩?

\# 근처에 가볼 만한 명소를 추천해 주시겠어요?

Anh có thể giới thiệu cho tôi địa điểm du lịch đáng đến ở gần đây không?

아잉 꺼 테 저이 티에우 쩌 또이 디어 디엠 주 릭 당 덴 어 건 더이 콩?

479

값싸고 괜찮은 호텔 하나 추천해 주시겠어요?

Anh có thể giới thiệu cho tôi một khách sạn vừa rẻ vừa tốt không?

아잉 꺼 테 저이 티에우 쩌 또이 몯 카익 싼 브어 재 브어 똗 콩?

거기까지 약도 좀 그려 주시겠어요?

Anh có thể vẽ sơ đồ đến đó giúp tôi không?

아잉 꺼 테 배 써 도 덴 더 줍 또이 콩?

투어

투어 프로그램에는 어떤 것이 있나요?

Có những nội dung gì trong chương trình tour?

꺼 니응 노이 중 지 쩡 쯔엉 찡 뚜어?

사람들이 많이 신청하는 투어는 어떤 건가요?

Tour mà nhiều người đăng ký là tour nào?

뚜어 마 니에우 응으어이 당 끼 라 뚜어 나오?

어떤 프로그램이 재미있나요?

Chương trình tour nào thú vị?
쯔엉 찡 뚜어 나오 투 브이?

지금 예약 가능한가요?

Tôi có thể đặt tour bây giờ không?
또이 꺼 테 닫 뚜어 버이 저 콩?

오전 투어가 있나요?

Có tour buổi sáng không?
꺼 뚜어 부오이 쌍 콩?

시내 투어를 하고 싶습니다.

Tôi muốn đi tour thăm quan thành phố.
또이 무온 디 뚜어 탐 꾸안 타잉 포

몇 시에 어디에서 출발해요?

Xuất phát lúc mấy giờ ở đâu?
쑤얻 팓 룩 머이 저 어 더우?

몇 시간이나 걸리나요?

Tour kéo dài mấy tiếng ạ?

뚜어 깨오 자이 머이 띠엥 아?

프로그램이 몇 시에 끝나요?

Chương trình tour kết thúc lúc mấy giờ?

쯔엉 찡 뚜어 껠 툭 룩 머이 저?

요금은 1인당 얼마인가요?

Phí tour cho 1 người là bao nhiêu?

피 뚜어 쩌 몯 응으어이 라 바오 니에우?

자유 시간이 있나요?

Có thời gian tự do không?

꺼 터이 잔 뜨 저 콩?

이 프로그램은 점심 식사를 포함하나요?

Chương trình tour này có bao gồm ăn trưa không?

쯔엉 찡 뚜어 나이 꺼 바오 곰 안 쯔어 콩?

482

가이드가 영어로 설명해 주나요?

Hướng dẫn viên có giải thích bằng tiếng Anh không?

흐엉 전 비엔 꺼 자이 틱 방 띠엥 아잉 콩?

입장권을 살 때

티켓은 어디서 살 수 있나요?

Có thể mua vé ở đâu?

꺼 테 무어 배 어 더우?

입장료는 얼마인가요?

Giá vé là bao nhiêu?

자 배 라 바오 니에우?

학생 할인이 되나요?

Có giảm giá cho học sinh không ạ?

꺼 잠 자 쩌 헉 씽 콩 아?

어른 2장이랑 어린이 1장 주세요.

Cho tôi hai vé người lớn và một vé trẻ em.

쩌 또이 하이 배 응으어이 런 바 몯 배 째 앰

단체 할인이 되나요?

Có giảm giá cho khách đoàn không?

꺼 잠 자 쩌 카익 도안 콩?

20명 이상의 단체는 할인을 받을 수 있습니다.

Đoàn từ 20 người trở lên có thể được giảm giá.

도안 뜨 하이 므어이 응으어이 쩌 렌 꺼 테 드억 잠 자

몇 시까지 입장 가능한가요?

Có thể vào cửa đến mấy giờ?

꺼 테 바오 끄어 덴 머이 저?

길 묻기

안녕하세요. 실례지만 길 좀 물을게요.

Xin chào, xin lỗi cho tôi hỏi đường
một chút.

씬 짜오, 씬 로이 쩌 또이 허이 드엉 몯 쭏

호안 끼엠 가는 길을 가르쳐 주세요.

Anh chỉ giúp tôi đường đến hồ
Hoàn Kiếm với.

아잉 찌 줍 또이 드엉 덴 호 호안 끼엠 버이

바딘 광장을 가려면 어느 쪽으로 가야 하나요?

Muốn đi quảng trường Ba Đình
phải đi theo hướng nào ạ?

무온 디 꾸앙 쯔엉 바 딩 파이 디 태오 흐엉 나오 아?

벤탄 시장을 가려면 이 길이 맞나요?

Chợ Bến Thành đi đường này có
đúng không ạ?

쩌 벤 타잉 디 드엉 나이 꺼 둥 콩 아?

여기에서 박물관까지는 얼마나 먼가요?

Từ đây đến viện bảo tàng bao xa ạ?
뜨 더이 뗀 비엔 바오 땅 바오 싸 아?

좀 멀어서 버스를 타야 해요.

Hơi xa nên anh phải đi bằng xe buýt đấy.
허이 싸 넨 아잉 파이 디 방 쌔 부잇 더이

여기에서 멀어요?

Có xa đây không ạ?
꺼 싸 더이 콩 아?

이 지도에서 제가 있는 곳이 어디인가요?

Nơi tôi đang đứng ở đâu trên bản đồ này ạ?
너이 또이 당 등 어 더우 쩬 반 도 나이 아?

19번 버스 정류장이 어디인가요?

Bến xe buýt số 19 ở đâu ạ?
벤 쌔 부잇 쏘 므어이 찐 어 더우 아?

다음 사거리에서 좌회전하세요.

Anh rẽ trái ở ngã tư tới nhé.

아잉 재 짜이 어 응아 뜨 떠이 내

거기까지 걸어갈 수 있나요?

Có thể đi bộ đến đấy không?

꺼 테 디 보 뗀 더이 콩?

걸어서 10분 정도 걸려요.

Đi bộ mất 10 phút.

디 보 먼 므어이 푿

어느 정류장에서 내려야 하나요?

Tôi phải xuống ở ga nào ạ?

또이 파이 쑤옹 어 가 나오 아?

직진해서, 두 번째 골목에서 우회전하세요.

Anh đi thẳng, đến ngã rẽ thứ 2 thì rẽ phải.

아잉 디 탕, 뗀 응아 재 트 하이 티 재 파이

구경하기

정말 아름다운 곳이네요!

Nơi này thật đẹp!
너이 나이 텉 댑!

전망이 멋있네요.

Khung cảnh thật tuyệt đẹp.
쿵 까잉 텉 뚜이엔 댑

관람 시간은 몇 시까지인가요?

Thời gian thăm quan đến mấy giờ ạ?
터이 잔 탐 꾸안 덴 머이 저 아?

기념품 가게는 어디에 있나요?

Cửa hàng đồ lưu niệm ở đâu ạ?
끄어 항 도 르우 니엠 어 더우 아?

출구는 어디인가요?

Lối ra ở đâu ạ?
로이 자 어 더우 아?

사진 찍어도 되나요?

Tôi có thể chụp ảnh được không?

또이 꺼 테 쯥 아잉 드억 콩?

내부를 둘러봐도 될까요?

Tôi có thể đi ngắm bên trong được không?

또이 꺼 테 디 응암 벤 쩡 드억 콩?

관광 기타

이 지역 특산물은 뭔가요?

Đặc sản của vùng này là gì ạ?

닥 싼 꾸어 붕 나이 라 지 아?

여긴 관광지라 모든 게 비싸요.

Đây là địa điểm du lịch nên cái gì cũng đắt.

더이 라 디어 디엠 주 릭 넨 까이 지 꿍 닫

사람이 많은 곳이라 소매치기를 조심해야 해요.

Đây là chỗ đông người nên cần cẩn thận móc túi.

더이 라 쪼 동 응으어이 넨 껀 껀 턴 먹 뚜이

전 관광 대신에 조용히 쉬고 싶어요.

Tôi muốn nghỉ ngơi yên tĩnh thay vì đi du lịch.

또이 무온 응이 응어이 이엔 띵 타이 브이 디 주 릭

다음에 또 오고 싶어요.

Lần sau tôi lại muốn quay lại.

런 싸우 또이 라이 무온 꾸아이 라이

여긴 관광지이지만 사람이 많지 않아요.

Nơi đây là địa điểm du lịch nhưng không có nhiều người.

너이 더이 라 디어 디엠 주 릭 니응 콩 꺼 니에우 응으어이

버스

가까운 버스 정류장은 어디인가요?

Bến xe buýt gần đây ở đâu ạ?

벤 쌔 부읻 건 더이 어 더우 아?

이 버스가 공항으로 가나요?

Xe buýt này có đi sân bay không ạ?

쌔 부읻 나이 꺼 디'썬 바이 콩 아?

어디에서 내려야 하는지 알려 주시겠어요?

Anh có thể nhắc tôi điểm xuống được không?

아잉 꺼 테 냑 또이 디엠 쑤옹 드억 콩?

이 버스의 종점은 어디인가요?

Điểm cuối của xe buýt này là ở đâu?

디엠 꾸오이 꾸어 쌔 부읻 나이 라 어 더우?

몇 번 버스를 타야 하나요?

Tôi phải đi xe buýt số bao nhiêu?
또이 파이 디 쌔 부읻 쏘 바오 니에우?

여기에서 내릴게요.

Tôi sẽ xuống ở đây.
또이 쌔 쑤옹 어 더이

이 버스는 몇 시까지 운행하나요?

Xe buýt này vận hành đến mấy giờ?
쌔 부읻 나이 번 하잉 덴 머이 저?

택시

7인승 택시를 불러 주세요.

Gọi cho tôi tắc xi 7 chỗ.
거이 쩌 또이 딱 씨 바이 쪼

우버를 이용해서 택시를 부를 거야.

Em sẽ gọi tắc xi uber.
앰 쌔 거이 딱 씨 우 버

어디로 가십니까?

Anh muốn đi đâu?
아잉 무온 디 더우?

이 주소로 가 주세요.

Cho tôi đến địa chỉ này.
쩌 또이 뗀 디어 찌 나이

빨리 가 주세요.

Anh chạy nhanh dùm tôi với.
아잉 짜이 냐잉 줌 또이 버이

에어컨 좀 틀어 주세요.

Anh bật điều hòa cho tôi với.
아잉 벋 디에우 호아 쩌 또이 버이

여기서 세워 주세요.

Cho tôi xuống ở đây.
쩌 또이 쑤옹 어 더이

오토바이

박물관까지 오토바이 택시를 타고 가려 한다.

Tôi định đi xe ôm đến viện bảo tàng.

또이 딩 디 쌔 옴 덴 비엔 바오 땅

여기서 공원까지 얼마예요?

Đi từ đây đến công viên hết bao nhiêu?

디 뜨 더이 덴 꽁 비엔 헫 바오 니에우

너무 비싸요, 거기까지 2만 동으로 돼요?

Đắt quá, đi đến đó 20 ngàn thôi được không?

닫꾸아, 디 덴 더 하이 므어이 응안 토이 드억 콩?

지름길로 가 주세요.

Đi đường tắt cho tôi.

디 드엉 딷 쩌 또이

494

오토바이 탈 때 헬멧을 꼭 써야 해요.

Khi đi xe máy bắt buộc phải đội mũ bảo hiểm.

키 디 쎄 마이 밧 부옥 파이 도이 무 바오 히엠

오토바이 빌리는 데 얼마예요?

Thuê xe máy hết bao nhiêu tiền?

투에 쎄 마이 헷 바오 니에우 띠엔?

교통 기타

시간이 없으니 택시를 탑시다.

Chúng ta không có thời gian nên đi tắc xi đi.

쭝 따 콩 꺼 터이 잔 넨 디 딱 씨 디

길이 막혀서 오토바이 택시를 타는 게 나아요.

Đường tắc nên đi xe ôm là tốt nhất.

드엉 딱 넨 디 쎄 옴 라 똣 녓

출퇴근 시간이라 길이 엄청 막히네요.

Giờ cao điểm nên đường tắc quá.
저 까오 디엠 넨 드엉 딱 꾸아

친구가 차로 공항까지 데려다주기로 했어요.

Bạn của tôi hứa sẽ đưa tôi ra sân bay bằng ô tô.
반 꾸어 또이 흐어 쌔 드어 또이 자 썬 바이 방 오 또

길 건널 때 오토바이 조심하세요.

Hãy cẩn thận xe máy khi đi sang đường.
하이 껀 턴 쌔 마이 키 디 쌍 드엉

씨클로는 주로 관광객이 탑니다.

Xích lô chủ yếu chỉ có khách du lịch sử dụng.
씩 로 쭈 이에우 찌 꺼 카익 주 릭 쓰 중